Historical Bakgrunnur fyrir Reading af Freud

Að einhverju leyti, eru vandamál þá að vænta í lestur evrópsk verk af nánast hvaða tagi sem eru frá 35 til meira en f0 ára. Sum hugtök er skylt að vera gamaldags, sumir tilvísanir til vísinda eða bókmenntaverk eða þá - liðandi að Freud geti borið samtímans lesendur hans voru kunnugir segja ekkert lengur eða jafnvel gefa villandi birtingar; og bandarískur lesandi sem ekki vita meginlandi bókmennta sígild er sérstaklega fatlaðra. Að miklu leyti, en ekki alveg, trúr ritstjórn Strachey ráð slík vandamál og neðanmálsgreinar hans veita gagnlegar skýringar.

Önnur vandamál koma upp af vana Freud er á stundum að því gefnu að lesandinn vissi fyrri verk hans, jafnvel óbirt sjálfur hans. Svona, mikið sem var torskilinn um Kafli 7 af túlkun of Dreams (Freud, 1900) ee.g., tilvísun hans til að óskilgreindur og óútskýrð - systemsebecame skiljanleg fyrr seint birtingu af kProjecti (Freud, 1f95). En í öllum tilvikum, margir nemendur í Freud hafa bent um nauðsyn þess að lesa hann seguentially. Hugsun hans ekki hægt að skilja ef hann þróa hugmyndir eru teknar af eigin samhengi. Sem betur fer, í tímaröð Röðun á Standard Edition og af þessum útdrætti hvetur svo lestur.

Þróun hugmynda Freuds

Það voru fjögur stór og skarast áföngum vísindastarfs Freud er:

. 1. prepsychoanalytic verk hans, sem stóð um 20 ár, má skipta í fýrstu 10 ára fyrst og fremst vefjafræöilegt - yngra rannsóknum og að hluta skarast 14 ára klíníska taugalækningum, með vaxandi athygli á psychopathology, sem hefst í 1ff6 þegar hann sneri aftur úr Paris.

2.. Fyrsta kenning taugaveiklun dagsetningar frá áratug 1f90 áratugnum, þegar Freud notað dáleiðsla og cathartic aðferð Breuer er sálfræðimeðferðar, smám þróa psychoanalytic aðferðir af ókeypis samtakanna, draumur túlkun og greiningu á Tilflutningur. Fyrstu dolen sannarlega psychoanalytic pappíra fram á þessum tima, expounding þá skoðun að taugaveiklun er vörn gegn óþolandi Minningar um áverka experienceeinfantile Seduction á hendur náins ættingja. Með uppgötvun hans eigin Oedipus flókið, hins vegar Freud kom að sjá að slíkar skýrslur af sjúklingum hans voru keyptur, sem leiddi hann að snúa áhuga sinn frá áföllum í ytri veruleika og átt huglægt Psychic veruleika. A athyglisverð en aðeins nýlega uppgötvað atburði í þróun hugsun Freud er átti sér stað í 1f95 eftir útkomu bókarinnar hann skrifaði með Breuer. Hann skrifaði en birti ekki kPsychology fyrir Neurologistsi (eða kProject um vísindalega sálfræði, ég hér eftir kallað eingöngu kthe Projecti), kynna alhliða yngra - lifeðlisleg líkan af taugakerfi og starfsemi hennar í venjulegri hegðun, hugsun og drauma, eins og heilbrigður eins og í móðursýki. Hann sendi það til vinar síns Fliess í hár spennu, þá guickly varð hugfallast af þeim erfiðleikum af að búa til

Ítarlegar mechanistic og reductionistic sálfræði. Hann tinkered með líkan fyrir Tveimur árum í bréfum til Fliess, og að lokum gaf það upp.

The aldamótin merkt marga helstu breytingar í lífi og starfi Freud er hann

rofin náin og háð vináttu hans við samstarfsmenn (fyrsta Breuer, þá Fliess) og tengiliði hans með Viennese læknisfræði samfélaginu; Faðir hans dó; síðasta barn hans fæddist; Hann psychoanalyled sig; hann gaf upp taugakerfi starfi, rannsóknir og hugmyndalist módel; og hann skapaði eigin nýja starfsgrein hans, rannsóknaraðferð, og kenning, hvað sem hann starfaði eftir það.
3.. Topographic líkan Freuds af kpsychic tæki" var grundvöllur tveimur áratuga vinnu í sem hann gaf út stóru klínísku uppgötvanir hans: færðist Túlkun Dreams (1900) og þrjár ritgerðir um Theory of Kynlíf (1905b); hans pappír á technigue notuð í psychoanalytic meðferð; fimm stærstu sagnfræðingur mál sitt; á
Mið verk metapsychology; og röð af mikilvægum könnunum og popularilations af hugmyndir hans, auk þess að helstu forrit hans kenningar hans á brandara, bókmenntir og listir,
biography, og mannfræði. A heill eða metapsychological skýring, Freud skrifaði í 1915, reguires kdescribing a psychical ferli í sínum dynamic, topographical og efnahagslegum
þættir" ethat er, í skilmálar af líkani þar sem aðal hugtök eru
sálfræðileg öfl, mannvirki, og guantities orku (Rapaport m Gill, 1959). Þess vegna, er talað um þrjá metapsychological sjónarhornum. The Topographic líkan, sem var fyrst sett fram í 7. kafla túlkun Dreams og var frekar útfærð í
að metapsychological pappíra 1915, conceptualiles hugsun og hegðun hvað varðar ferli í þremur sálfræðileg kerfum: meðvitund, Preconscious og ómeðvitað
(Enginn sem hefur beinnar genasæti í heilanum).
4.. Í síðasta tímabili, milli heimsstyrjaldanna, Freud gerði fjórar helstu tegundir framlag: Frágangur kenningu hans instinctual diska (Beyond Ánægja

Hugmyndafræði, 1920); hópur helstu breytingar á bæði almenna og klíníska theoryemost færðist skipulagsbreytingar líkan af Psychic búnaðarins (The Ego og Id, 1923) og kenningar um kvíða og varnarmálum (beislinu, einkenna og kvíða, 1926a); forrit sálgreining til stærri félagslegum vandamálum; og hópur af bókum endurskoða og reformulating kenningar hans.
Að átta sig á uppbyggingu verk Freud er, er gagnlegt ekki aðeins til að samþykkja slíka þroska nálgun heldur einnig til að skoða kenningar hans frá sjónarhóli eftirfarandi þrefaldri flokkun.
Fyrst og best þekktur er klínísk kenning sálgreining, með psychopathology hennar, reikninga sínum kynferðislegs þroska og myndun eðli, og þess háttar. Umfjöllunarefni þessa tegund af theoriling samanstendur af helstu atburðum (bæði alvöru og fantasied)

í lífi sögu einstaklinga, einkenni sem komu yfir haf af tími, allt frá dögum til áratuga. Þessi kenning er birgðir í viðskiptum á clinicianenot bara psychoanalyst, en langflest af geðlæknum, klíniskar sálfræðinga, og geðræn félagsráðgjafa. Lauslega nefndur kpsychodynamics, ég en það hefur jafnvel penetrated í almennum fræðilegum sálfræði um kennslubækur á persónuleika.

Í öðru lagi, það er það sem Rapaport (1959) hefur kallað almenn kenning sálgreining, einnig kallað metapsychology. Efni hennar mattereprocesses í imyndaður skyggn tæki eða, stundum, í braineis meira abstrakt og ópersónulega; og tímabil tíma sem eru miklu shorterefrom broti úr sekúndu, allt að nokkrar klukkustundir. The ferli fjallað eru að mestu þeir sem koma í draumum, hugsa, hafa áhrif á, og vörn. Reasoning Freuds í að vinna út þessa kenningu er miklu nær, og hann gerði fleiri nota

fræðileg líkön af Psychic búnaðinum. Helstu verk eru kProject fyrir Scientific Sálfræði, ég Kafli 7 af túlkun of Dreams, og metapsychological pappíra.

Þriðja er það sem kalla mætti phylogenetic kenning Freuds. Viðfangsefnið er maðurinn sem tegund eða í hópum, og tíma að ræða á bilinu kynslóðir eons. Hér eru grand tilgáta Freuds mestu þróun og teleological í eðli. Þeir innihalda engin skýr módel af Psychic tæki, ráða í staðinn mörg bókmennta, yfirfærðri hugtök. Helstu verk af þessu tagi eru Totem og Taboo (1913), Handan við Pleasure Hugmyndafræði (1920), Group sálfræði og Greining á Ego (1921), Framtíð tálsýn (1927), Civilization og Discontents hennar (1930), og Móse og Monotheism (1934 --- 193f).

Klíniskar framlög hans eru meðal elstu fyrirlestrum Freuds sem enn eru að lesa, og hann hélt áfram að skrifa í þessum anda allt sitt líf. Eins og fyrir aðrar tvær tegundir af kenningu, helstu metapsychological verk kom snemma, helstu phylogenetic sjálfur seint. Eins hugmyndir Freuds varð metafórisk og brugðist með svo fjarlægur málefni eins fullkominn uppruna mannsins og tilgang lífsins og dauða, varð hann minna áhyggjur með að lýsa eða kerfisbundið grein fyrir námskeiðið og örlög á högg eða hugsun. Jafnvel þegar verk Freuds eru lesnar í þeirri röð sem hann skrifaði þá er margt hylja ef maður hefur enga hugmynd um nútíma stöðu vísinda og fagleg málefni sem hann var að ræða. Sem betur fer fyrir okkur, eru nútíma fræðimenn veita Mikið af þessu þarf bakgrunn (td Amacher, 1965; Andersson, 1962; Bernfeld, 1944; Ellenberger, 1970; Jackson, 1969; Spehlmann, 1953; sjá einnig Holt, 1965a, 196f). The

viðkomandi köflum masterly sögu Ellenberger eru sérstaklega mælt fyrir fræðasamfélagsins en absorbingly læsileg hátt þar sem þeir gefa félagslegu og pólitísku auk vísinda, læknisfræði, og almenn andlega samhengi sem Freud var að skrifa. Hér get ég ekki gert neitt meira en að snerta létt á nokkrum mikilvægustu og viðeigandi vitsmunalegum strauma á nítjándu öld.

Naturphilosophie OG höfnun þess
Leiðin fyrir rómantíska uppreisn sem meginatriðum characteriled allar hliðar
vitsmunalegum
Lífið í snemma 1f00 hafði verið unnin af Naturphilosophie, dularfulla og oft
rhapsodic sýn á náttúruna sem dælt anda og með andstæðar meðvitundarlaus sveitir
og eins og að þróast í samræmi við innri, purposive hönnun. Ekki vera samhent skóla,
þess
deildir hugsuðir innifalinn (í tímaröð) Kant, Lamarck, Goethe, Hegel,
Schelling (kannski aðal mynd), Oken og Fechner. Að undanskildum Fechner, sem bjó
frá 1f01 til 1ff7, bjó þau öll þvert átjándu og nítjándu öld. Naturphilosophie hvatti
recrudescence af vitalism í líffræði, var málsvari af miklu lífeðlisfræðingur Johannes
Muller, og örva með húmaníska skóla af rómantíska læknisfræði (Galdston, 1956). Í
geðlækningum, og fyrri part aldarinnar var einkennist af endurbótum í Pinel, Esguirol og
fylgjendur þeirra, sem kynnti á tímum kmoral treatmentn: fyrirtæki miskunnsemi í stað
belti lækninga bjartsýni byggð á orsakaefnisþátt kenningum um meira andlegt en lífræn
kastað, og reynt að taka fanga af hæli í uppbyggjandi starfsemi.
Erfiðar - hugarfar viðbrögð við þessu útboði - hugarfar tímabil var mjög aðstoð við skref
verið gert í eðlisfræði og efnafræði. Þrír af Müller nemandi, Brocke, du Bois -

Reymond, og Helmholtl, hitti Carl Ludwig í 1f47 og myndaði Club (sem varð Berlin
Líkamleg Society) til kconstitute lífeðlisfræði á chemico - líkamlega grunn, og gefa það
egual vísindalega stöðu með Physicsi (Ludwig, quoted af Cranefield, 1957, p. 407). Þeir
gerðu ekki tekist hreinskilnislega reductionist markmiði sínu en gerði ná öðrum
markmiðum sínum: að stuðla að notkun vísinda athuganir og tilraunir í lífeðlisfræði og
berjast gegn vitalism. Sín á milli, áttu þeir við eftirfarandi áætlun:
Engin önnur öfl en sameiginlega líkamlega - efna sjálfur ert virkur innan lífveru. Í þeim
tilfellum sem ekki er hægt á þeim tíma er að skýra með þessara herja einn hefur
annaðhvort um að finna tiltekna hátt eða mynd af verkun þeirra með því að nota
líkamlega - stærðfræðilegu aðferð, eða til að taka á sig nýjar kraftar egual í reisn
efnafræðileg - Líkamlega sveitir sem felst í málinu, afoxanlegir við gildi aðdráttarafl og
fullkomnum fjandskap, (du Bois -. Reymond, quoted af Bernfeld, 1944, p 34f)
Í Þýskalandi sérstaklega, þetta efnishyggju gerjast af physicalistic lífeðlisfræði,
vélbúnaður og reductionism varð háttur, smám setja rómantíska lyf,
vitalism, og öðrum þáttum Naturphilosophie til rout. Þar fyrr það hafði verið
Psychic, Psycho - líkamsfrumum, og líkamsfrumum skólar í þýsku geðlækningum (sjá
Earle, 1f54, í
Hunter m Macalpine, 1963, bls 1015 - 101f), the Líkamsfrumum vann smám saman út;
Meynert
(Kennari Freuds of Psychiatry), til dæmis, hugsuð geðröskunum til að vera sjúkdómar
Forheiii. Þrátt lækninga árangri hennar, var siðferðileg meðferð útlegð ásamt
geðrænum hennar (oft kynferðislegar) kenningar sem geðlækningum kold konur," í hag
stranglega
lífræn - hereditarian skoðanir og mjög lítið við vegur af meðferð (Bry m Rifkin, 1962).

Háskólinn í Vínarborg Medical School var Outpost af nýju hyperscientific liffræði, með einn af promulgators þess, Brocke, halda stórt stól og beina Lifeðlisfræðileg Institute (Bernfeld, 1944). Kaldhæðni, Freud segir okkur að ákvörðun hans að slá

Medical School var ákvörðuð með að heyra kFragment á náttúrunni" rekja til Goethe lesa upphátt á opinberum fyrirlestri. Þessi stutta prósa ljóð er ímynd af Naturphilosophie og

það verður að hafa swayed Freud vegna langvarandi aðdáun hans fyrir Goethe og kannski

vegna klonging fyrir heimspekilegu þekkingu," sem hafði ríkjandi fyrstu árum hans, eins og hann sagði síðar í bréfi til Fliess. Evolution hafði verið mikil Tenet Naturphilosophie; svo

það er ekki á óvart að þetta 17f0 dithyramb gæti verið hluti af fyrirlestri á samanburðar liffærafræði, aga sem húsgögnum mikið af mikilvægum sannanir fyrir uppruna Darwins um

Tegundir (1f59).

ORKA OG EVOLUTION
Kannski þeir tveir mest spennandi hugmyndir nítjándu aldar voru orka og þróun. Báðar þessar mikil áhrif kennarar Freuds læknaskólann. Helmholtl hafði lesið í 1f47 hópinn grundvallaratriði pappír hans um verndun energyepresented sem framlag til lifeðlisfræði. Þrjátíu árum síðar, fyrirlestrar Brocke er voru full af náskyld (og er enn illa þroskaðra) hugtökin orku og afl. Til að nota þessa dynamic hugtök var mjög aðalsmerki vísindalega nálgun; Brocke kennt að kreal orsakir eru symboliled í vísindum eftir orði hforce ' " (Bernfeld, 1944, bls. 349). Það virðist augljóst að fyrsta Freud er þremur metapsychological
sjónarmið, the dynamic (skýring í skilmálar af sálfræðilegum sveitir), hafði uppruna sinn í

þetta spennandi tilraun til að hækka vísindalega stig lifeðlisfræði við duglegir beitingu aflfræði og sérstaklega gangverki, sem útibú vélfræði fjalla öfl og lög hreyfingu. The þungt guantitative áhersla skólans á Helmholtl og þess streitu á orku eru greinilega helstu áhrifaþættir metapsychology séð frá efnahagslegu sjónarmiði (útskýring með tilliti guantities orku). Sú staðreynd að, meðal

Höfundar Freud virt mest, svo ólíkum tölur sem Fechner og Hughlings Jackson haldið til dynamic og efnahagslegum sjónarmiðum eflaust styrkt unguestioning Freuds sannfæring að þessi sjónarmið eru algerlega nauðsynlegar þættir skýringar kenning.
Þrátt physicalistic program, í raun verk stofnunarinnar Brocke var að mestu klassískur lifeðlisfræði og vefjagerð. Freud hafði Darwinian vísindalega skírn hans undir

Claus í smásjá leit að vantar eistum af áll, og nokkrar tilraunir hans á lífeðlisfræðileg og efna tilraunir samkvæmt öðrum vegum voru árangurslausar. Hann var ánægður, því að dvelja á smásjá þar Brocke úthlutað honum neurohistological rannsóknum, innblásin af og stuðla að þróunarkenningunni. Þegar hann vann með Meynert, það var aftur í uppbyggingu aga með erfðafræðilega methodethe rannsókn á heila líffærafræði nota röð hjá fóstrum gáfur til að rekja medullar leiðir með því að fylgja þróun þeirra. Hans subseguent klínísk starf var í Neurology, fræðigrein sem, eins og Bernfeld (1951) hefur fram, var nmerely til sjúkdómsgreiningar beitingu anatomy.i Ennfremur Freud er fyrsta fulla - stórra fræðilega líkanið er kProjecti af 1f95, er fremst kenning um skipulagsbreytingar organilation heilans, bæði brúttó og finn. Snemma þjálfun hans þannig sannanlega sannfært sig um að vísindaleg kenning þarf að hafa skipulag (eða Topographic) stöð. Það var Bernfeld (1944) sem fyrst benti á strikingly antithetical innihaldi þessara tveir coexisting vitsmunalegum traditionseNaturphilosophie og physicalistic physiologye bæði sem mjög litaðar Freud, og í þessari röð. Í birtum verkum sínum, að vera viss, varla neitt af Naturphilosophie má sjá í blöðunum og bókum fyrsta sinn tvö tímabil, og það kom nánast alfarið í því sem ég hef vitnað hér að ofan sem phylogenetic hans,

íhugandi verk. Margir eiginleikar hugmyndinni hans Psychic orku getur þó verið rekja til vitalism sem var áberandi eiginleiki í Naturphilosophie (Holt, 1967). Þar að auki má einnig séð þessar tveir skólar í hugsun sem einkum einkenna um jafnvel víðtækari og innifalið líkamar hugmyndum, sem ég kalla (eftir Chein, 1972) Myndir af maður.

Freud er tvær myndir af Man

Ég tel að það er útbreiddur, óleyst átök innan öllum skáldskap Freuds milli tveggja antithetical myndum; átök sem er ábyrgur fyrir góðan margar af mótsagnir í öllu framleiðslu hans en að hugræn gera hans - allt leyft honum að þola (Eins og við munum fljótlega sjá). Annars vegar, helstu lagði af fræðilegum viðleitni Freud var til að reisa það sem hann sjálfur kallaði metapsychology, byggð á meðal - nítjándu -

öld tökum á eðlisfræði og efnafræði. Hluta felast í þessu og að hluta liggjandi á bak við það er
það sem ég kalla mechanistic mynd hans af manni. The andstæðar skoða, svo miklu minna áberandi að
margir nemendur eru ekki kunnugt um að Freud hélt það, ég eins og að hringja í húmaníska mynd mannsins. Það
má sjá í klínískum verkum hans og í breiðum, spákaupmennsku, guasi - heimspekilegar Skrif síðari árum hans, en það er skýrasta í eigin lífi Freud og samskipti við aðra, Besta verbaliled fyrir okkur kannski í bréfum hans. Ólíkt mechanistic mynd, húmaníska getnaði mannsins var aldrei þroskuð og fram skýrt nóg að vera kallaður líkan; en það samanstendur af nokkuð ríkur og samloðandi meginmál forsendur um eðli menn, sem starfaði í huga Freud er sem úrbóta mótverkandans hans mechanistic leanings.
Það er fátt sem bendir til aldamótanna 1900 að Freud var meðvitaður um harboring ósamrýmanleg myndir af manni, hvorki sem hann gæti gefið upp. Engu að síður, margir að öðru leyti pullling þættir sálgreining verða skiljanleg ef við gerum ráð fyrir að bæði myndir voru þarna, virka á margan hátt eins misvísandi hvöt kerfi.

Láta mig emphasile að það sem ég er að fara að kynna er ekki ímynd af ýmsum kenningum
sérstaklega lagt Freud. Öllu heldur eru tvær myndir álykta fléttur af hugmyndum, dregin frá lífinu Freud og skrifum og endurbyggja á mjög svipaðan hátt sem hann kenndi okkur að nota í skilning þunglyndistruflanir fólk: með því að rannsaka drauma sjúklings, einkenni og
kassociations, ég við álykta meðvitundarlaus keyptur, fléttur, eða snemma minningar sem aldrei
verða að fullu meðvituð, en sem gera okkur kleift að skynsamleg út af framleiðslu hans, sem
virðast á yfirborðinu svo bewilderingly fjölbreytt. Þessi viðleitni er fraught með ákveðin magn af áhættu. Jafnvel mechanistic myndin var gerð skýr og líkani aðeins í kProject, ég óbirt tilraun að taugasálfræði sem Freud skrifaði í 1f95.
Eftir það, þetta líkan virðist hafa verið að mestu gleymt eða bæla ásamt sínum antithesis er húmaníska mynd.

Húmanísku IMAGE Freuds of Man
Hvorki af myndum Freud var sérstaklega upprunalega með honum ; hvert var persónuleg hans
efnasmíðar meginmál hugmyndum með langa menningarsögu , gefið og senda honum í töluverður hluti í gegnum bækur sem við vitum að hann las . Löngu áður og löngu eftir Freud
ákvað að verða vísindamaður , hann var gráðugur lesandi af belletristic sígild sem eru oft talin kjarninn í húmanísku arfleifð Vestur mannsins . Hann var framúrskarandi Liberal og klassískri menntun , sem gaf honum ítarlega jarðtengingu í mikla verk grísku ,

Latin , þýsku og ensku höfundar , eins og heilbrigður eins og Biblían , Cervantes ,
Molière og annað
helstu rithöfundar í öðrum tungumálum , sem hann las í þýðingu . Hann var maður djúpt
Menning , með ævilangt ástríðu fyrir lestur ljóða , skáldsögur , ritgerðir, og þess háttar
og fyrir
læra um klassíska antiguity einkum en listum almennt , í gegnum ferðalög ,
safna, og persónuleg samskipti við listamenn , rithöfundar og nánum vinum sem höfðu

svipaða smekk og education.2 og þrátt sínu síðar , neikvæðum athugasemdum um
heimspeki , sótti hann ekki minna en fimm námskeið og málstofur með aðgreindar
heimspekingur - sálfræðingur Brentano á árum sínum við háskólann í Vín .
Mjög fáir af þeim fjölmörgu nonphysicians sem voru vakin á sálgreining og varð hluti af
hring Freud voru þjálfaðir í kharderi eða raunvísindum . Aðallega, þeir komu frá listum
og hugvísindum . Fyrir hvert Waelder (eðlisfræðingur) voru fáir eins Sachs og Kris (
nemendur fyrst og fremst á bókmenntum og myndlist) . Víst segir þetta okkur eitthvað
ekki aðeins um áhrif á Freud en hvers konar maður hann var, hugmynd mannsins sem
hann bjó og sem var flutt með fíngerðum leið til félaga síns - starfsmenn .
Með ýmsum hætti , þá , Freud kom undir áhrifum ríkjandi mynd manns fluttir með
mikilvæga geira vestræna menningu sem við köllum hugvísinda . Láta mig útlista nú
sumir af helstu hluti af þessari mynd af manni, sem greina má í skrifum Freuds .
1. Maðurinn er bæði dýr og eitthvað fleira , vera með vonir um að guðdómleika . Þannig
hefur hann tvíþætta eðli . Hann býr holdlegt girndum kynlausa aðgerðir , græðgi og losta
fyrir orku, destructiveness , eigingirni áhyggjum með maximiling ánægju og minimiling
sársauka ; en hann hefur einnig getu til að þróa list , bókmenntir, trúarbrögð, vísindi , og
philosophyethe ágrip Realms fræðilegri og esthetic valueseand að vera óeigingjarn ,
Altruistic og nurturant . Þetta er flókið útsýni mannsins frá upphafi , sem veru sem er
ekki sama djúpt um hærri auk lægri málum .

2 Ellenberger (. 1.970 , p 460) segir okkur að Freud sýndi leikskáldið Lenormand kthe
verk Shakespeares og á grísku tragedians á pofficeq hillum sínum og sagði : . HHere
eru meistarar mínir ' Hann hélt því fram að nauðsynleg þemu kenningar hans byggðust
á innsæi á poets.n

2. . Hver mannvera er unigue , enn allir menn eru eins, ein dýrategund, hver sem
mönnum og
allir aðrir. Þessi forsenda ber sterka gildi skuldbindingu eins og heilbrigður, að
staðhæfingin
að hver maður er vert að njóta virðingar og til að fá aðstoð , ef í vandræðum , að lifa upp
til
Umfang getu hans , hins vegar takmörkuð þau kunna að vera . Freud var einn af helstu
Höfundar mikilvægt framlengingu þessa forsendu með uppgötvun sína að það
var reyndar aðferð í brjálæði (sem Shakespeare vissi innsær) , að geðveikur eða

geðsjúkum gæti skilið og í raun var beitt með sömu undirstöðu langanir sem aðrir menn . Svona , í hefð slíkra sálfræðings Pinel , Freud gerði mikið til reassert mannkyninu á andlega og tilfinningalega óeðlileg og samfellu þeirra við eðlilegt .

3. . Maðurinn er skepna þrár , sem striver eftir markmiðum og gildum , eftir fantasíum og myndir af fullnæging og háska . Sem er, er hann fær um að ímynda sér mögulega framtíð ríkjum ánægju , líkamlegur gleði eða andlegs uppfyllingu , og af sársauka , niðurlægingu , sektarkennd, eyðileggingu, o.fl. ; og hegðun hans er höfð að leiðarljósi og impelled með óskir að fá jákvæð markmið og að forðast eða engu neikvæð sjálfur, aðallega kvíða .

4. . Maðurinn er framleiðandi og örgjörva af huglægu merkingu, sem hann skilgreinir sjálfan sig, og eitt af sterkustu þörfum hans er að finna líf sitt þroskandi . Það er fólgið í húmanísku mynd sem merkingar eru aðal og er óumbreytanleg , orsakatengsl áhrifaríkari, og heill reisnar sem viðfangsefni á kerfisbundinn áhuga. Psychopathology , samkvæmt því, er hugsuð með tilliti maladaptive fléttur eða stillingar á hugmyndum , óskir, hugtök, percepts o.fl.

5. Það er miklu meira að manni en hann veit eða myndi yfirleitt vilja okkur til að hugsa , meira

en er til staðar í vitund hans , meira en er kynnt til félagslega heiminum á almannafæri . Þetta leyndarmál hlið er ótrúlega mikilvægt. Merkingu sem varða mann mest , þ.mt keyptur og óskir , eru stöðugt virkir án vitundar , og það er erfitt fyrir fólk að verða kunnugt um marga af þeim. Til að skilja mann sannarlega , það er því nauðsynlegt að vita hans huglæg, innri lífeehis draumar, fantasíum, löngunum , annríki , anxieties , og sérstöku litarefni sem hann sér ytri veröld. með samanburður , auðveldlega fram , overt hegðun hans er miklu minna áhugavert og minna máli .

. 6. Inner átök er óhjákvæmilegt vegna dualitiesehis mannsins hærri og lægri li meðvituð og ómeðvituðum hliðum ; Þá hafa margir af hans óskum innbyrðis ósamrýmanlegar eða koma honum í átökum við kröfur og þrýsting frá öðru fólki .

7 . Kannski mikilvægasta af þessum óskum samanstendur flókna eðlishvöt af ást , sem kynferðisleg girnd er mikil (og sjálft flókið) hluti . Hvöt mannsins fyrir kynferðislega ánægju er næstum alltaf sterkur , viðvarandi , og polymorphous , jafnvel þegar það virðist vel bældur eða lokað , og má aðskilinn frá kærleika . Á sama tíma , Freud var alltaf viðkvæm fyrir margskonar reiði , hatur, og destructiveness , löngu áður en hann viðurkenndi formlega þá með kenningu sína um dauða eðlishvöt .

f. Maður er ákaflega félagslega veru , sem lífið er aum og óeðlileg ef ekki enmeshed í vef sambönd við aðrar peopleesome þessara tengsla formlega og institutionaliled , sumir óformleg en meðvitað og viljandi, og margir af þeim hafa mikilvæg meðvitundarlaus hluti. Flestir kerfi mannsins hvöt eru mannleg í eðli líka : við elskum og hata annað fólk . Svona , the mikilvægur veruleiki fyrir manni er

félagslegum og menningarlegum. Þessar Sullivanian - hljómandi tillögur eru greinilega
fólgið í Freuds

ferilsögur .
9. . A miðlægur lögun af þessari mynd manns er að hann er ekki föst en er alltaf
changinge þróa og minnkandi, þróun og devolving . Mikilvægustu meðvitundarlaus
varasöm hans öðlast af reynslu í childhoodethe barnið er faðir til mannsins . Maður er
hluti af þróunarsögu alheimsins , þannig í grundvallaratriðum nánast óendanlega
perfectible þó í reynd alltaf háð áföll tökum, og regressions .
10 . Maðurinn er bæði virka skipstjóri eigin örlög hans og plaything af girndum hans .
Hann er fær um að velja á milli kosta , viðnám freistingar og stjórnvalds eigin hvötum
sínum , jafnvel þótt stundum hann er aðgerðalaus peð ytri þrýsting og innri hvötum .
Það gerir því skynsamlegt að reyna að takast á við hann í skynsamlegri hátt , að vona til
að hafa áhrif á hegðun hans með því að ræða hlutina og jafnvel hvetja hann til að beita
vilja sínum . Þannig maður er bæði með persónuskilríki og að sjálfstæðum sjálf .
Dregin frá sér verk sem hann hefur ekki gert kerfisbundið lagi, þessari húmanísku
mynd, eins og fram , er nokkuð óljós og illa organiled . Engu að síður , ég sé ekki
innri ástæða hvers vegna það var ekki hægt að explicated og þróað í kerfisbundnari hátt .

Mechanistic IMAGE Freuds of Man
Þetta humanistically menntaðir og philosophically hneigðist ungur maður , rekinn af A
rómantísk og vitalistic hugmynd um líffræði sem hann langaði til að læra , fór til Háskóla
Vínar læknaskóla , þar sem hann fann sig umkringdur mönnum mikla álit og
vitsmunalegum efni kennslu spennandi vísindalegar kenningar mjög mismunandi tagi .
hann
fóru hasty viðskipti fyrst til þess að róttækar efnishyggju , og þá að physicalistic
lífeðlisfræði , skólastjóri erfingi mechanistic hefð sem hófst með Galileo og

leitast við að útskýra allt í alheiminum í skilmálar af Newtonian eðlisfræði .
Freud var um árabil undir stafa af Brocke , sem hann kallaði einu sinni mesta vald sem
hann hitti alltaf. Nokkrum öðrum kennurum hans og samstarfsmenn voru einnig
áhugasamir aðilar að mechanistic skóla af Helmholtl , einkum Meynert , Breuer , Exner
og Fliess . Horfur þröngt en strangt kenningu var að eilífu eftir að móta vísindalega
hugsjónir Freuds langvarandi bak við tjöldin í theoriling hans , nánast í hlutverk vísinda
superego . Í þessum skilningi , tel ég að mechanistic ímynd mannsins liggur og má

greina í metapsychological skrifum Freuds , jafnvel þegar tilteknir þættir þeirrar myndar virðast vera í mótsögn .

Í mörg atriði, sem mechanistic mynd er verulega antithetical til húmanísku einn . Ég hef reynt að koma út þessa andstæður eftirfarandi verslun á forsendum .

1. Maðurinn er rétta efni náttúruvísindum , og sem slík er ekkert öðruvísi en önnur hlut í alheiminum . Öll hegðun hans er ákvörðuð , þ.mt skýrslum um drauma og keyptur . Það er , og öll mannleg fyrirbæri er leyfilegt og í meginatriðum mögulegt að útskýra með náttúrulegum - vísinda , guantitative lögum . Frá þessu Vantage , það er engin merking til subdividing hegðun hans eða að ihuga eðli hans að vera dualehe er einfaldlega dýr , besta skilið sem vél eða tæki , sem samanstendur af snjallt kerfi , sem starfa samkvæmt Newtons hreyfingu , og skiljanlegt án leifa að því er varðar eðlis-og efnafræði . Eitt þarf ekki fullyrðingu sál eða mikilvæga meginreglu að gera Búnaðinum hlaupa , þó orka er ómissandi hugtak . Öll menningar afrek sem maður er svo stoltur , allir hans í andleg gildi og þess háttar , eru eingöngu sublimations af undirstöðu instinctual diska , sem þeir kunna að vera minnka .

. 2. munur milli karla eru vísindalega hverfandi ; frá mechanistic sjónarmiði , eru allir menn í grundvallaratriðum það sama , að vera háð sömu alhliða lögum . Áhersla er lögð á að uppgötva þessi lög , ekki á skilningi viðkomandi einstaklingum . Samkvæmt því , metapsychology tekur ekkert mið af einstaklingsbundnum mismun og virðist ekki vera kenning um persónuleika .

3. . Maðurinn er í grundvallaratriðum áhugasamir um sjálfvirka tilhneigingu taugakerfi hans að halda sig í unstimulated ríki, eða að minnsta kosti að halda spennu sína á föstu stigi . The undirstöðu-fyrirmynd er viðbragð hring : ytri eða innri áreiti leiðir til virkni miðtaugakerfisins sem leiðir til að bregðast við . Allar þarfir og langanir verða , í vísindaskyni , að conceptualiled sem sveitir, spennu sem þarf að minnka, eða orku að reyna útskrift.

4. . Það er enginn staður fyrir merkingu eða gildi í vísindum . Það fjallar um guantities , ekki gualities , og verður að vera rækilega markmið . Fyrirbæri eins og hugsanir , óskir, eða ótta eru epiphenomenal ; þeir eru fyrir hendi og verður að útskýra, en hafa enga skýringar vald sjálfir . Orku mestu eiga sér stað þeirra í vélrænni líkan .

5. Það er engin skýr antithesis á fimmta húmanísku forsendu , sá að takast á við mikilvægi meðvitundarlaus og leyndarmál, innri hlið mannsins . samsvarandi endurmótun á sama tímapunkti í mechanistic skilmálum gæti verið: meðvitund er of óákveðinn greinir

epiphenomenon , 3 og hvað gerist í vitund einstaklingsins er af léttvæg áhuga samanburði

3 True (eins MM Gill hefur vel bent mér) , í nProjectn Freud gerði beinlínis neitað að meðvitund er epiphenomenon . Enn allt stefna í kProjectn krefst þá skoðun að hann var ófús

til espouse : það er tilraun til að gera grein fyrir hegðun og taugaveiklun í eingöngu mechanistic skilmálum, án

íhlutunar af einhverju andlegu aðilum í orsakatengsl aðferð . Reyndar tel ég að það var
að mestu leyti vegna þess að hann gæti
ekki ná árangri í markmið hans án postulating meðvitaða sjálf sem umboðsmaður í því
ferli af vörn, og vegna þess að
hann gæti ekki ná fullnægjandi mechanistic skýringu á meðvitund , að Freud yfirgefin
kProject.n

að önnum starfsemi í taugakerfi , sem flest fara á án þess að samsvarandi meðvitund .
6. . Mörgum sveitir sem starfa í búnaði sem maður oft rekast , gefa tilefni til huglæga
skýrslu átaka .
7 . The aðferð sentimentally þekktur sem ást er ekkert annað en disguises og
umbreytingu á kynlífi eðlishvöt , eða , nánar tiltekið , orka (kynhvöt) . Jafnvel platonsku
kvillinn er bara miða - hamlaði kynhvöt . Kynlíf , ekki ást , er því helsta hvöt . Og þar
grundvallaratriði tilhneigingu taugakerfisins er að endurheimta stöðu unstimulated
eguilibrium , alls afskiptaleysi af dauði er endanlegt markmið hennar . Reiði og
destructiveness eru eingöngu disguises og umbreytingar á dauða eðlishvöt .
f. Hluti (það er að segja , annað fólk) eru mikilvæg því aðeins þeir veita áreiti sem sett
Psychic tæki á hreyfingu og veita nauðsynleg skilyrði til að draga úr innri spennu sem
færir það til að hvíla aftur. Sambönd sem slík eru ekki alvöru ; sálfræði geta verið lokið
án þess að íhuga meira en einstaklinginn tækjum og atburðum innan hennar , auk
almenna flokki utanaðkomandi áreiti . Reality inniheldur konly helling á hreyfingu og
ekkert elsei (Freud, 1f95 , bls . 30f) .
. 9. erfðafræðilega áhersla er ekki mjög frábrugðin fyrir Freud sem mechanist og eins
hjálpað, svo við skulum fara í síðasta lið :
10 . Þar hegðun mannsins er stranglega ákvarðast af fyrri sögu hans og komi
samtíma fyrirkomulag sveitir , frjáls vilji er fallacious blekking . Til að leyfa hugmyndina
um
sjálfstæði eða valfrelsi myndi fela ósjálfráðar í stað hjásetu í kvíðin
kerfi , og myndi grafa undan assumptioneconsidered vísindalega necessaryethat

hegðun er ákvörðuð stranglega með líffræðilegum diska og af utanaðkomandi áreiti .

Afleiðingar tvær myndir
Psychoanalytic kenning eins og við þekkjum það er vefjum málamiðlanir milli þessara
tveggja
andstæðar myndir . Áhrif á mechanistic mynd er skýrasta í metapsychology ,
þar sem almennt uppbyggingu helstu tillögur sem og heilmikið af
hugtök má að öðlast beint frá skýrt mechanistic og
reductionistic líkan af kProject.i Mest sláandi breyting var Freuds yfirgefa sem

yngra - taugakerfi ramma fyrir abstrakt tvíræðni á kpsychic tæki , ég
þar sem mannvirki og orku eru skyggn , ekki líkamlega . Unwittingly , Freud tók
sökkva inn Cartesian frumspeki tvíhyggju , en staved burt það sem hann fann var
antiscientific ógn af húmanísku mynd því að halda áfram að krefjast fullkominn
útskýringar
afl fyrir metapsychology öfugt við fræðilega minna metnaðarfullt mótun
klíniskar athuganir á tungumáli sem var nær því af daglegu lífi . Og í
metapsychology , með því að nota bragð að þýða huglægt löngunum í hugtökum
herafla og orku , Freud þurfti ekki að taka behavioristic tittur að hafna
innri veröld ; því að skipta um huglæga , fúsir sjálf með sjálf skilgreind sem Psychic
uppbyggingu, var hann fær um að leyfa nægan sjálfstæði til að ná sanngjarna passa við
klínísk
athugun .
Án realiling það, því Freud ekki gefa upp óvirka reflex líkan af
lífvera og nátengd physicalistic hugtakið veruleika , jafnvel þegar hann leggja til hliðar
vísvitandi neuropsychologiling . Þótt hann frestað beinlínis allir að reyna að tengjast við
Skilmálar metapsychology ferlum og stöðum í líkamanum , setinn hann sálfræðileg

kenningar sem bera sömu byrði gamaldags forsendum .
Samband húmanísku mynd og Naturphilosophie eftir að vera
skýrara . Í einum skilningi , hið síðarnefnda getur talist hluti af fyrrum ; sem komið er í
fjölda
virðir það hefur sérstaka stöðu . Ég hugsa um það sem sérlega evrópska
vitsmunalegum frávik ,
náttúrulega tengjast fylkið sitt af byrjun nítjándu aldar ljós - hugmyndir og þegar
anachronistic
eftir tíma Freud er . Þar sem nútíma skaplyndi (jafnvel í sögu og öðrum félagsvísindum)
lítur út fyrir nákvæmar, prosaic keðjur og net sannanlega orsakir, menntamenn í
sem tímabil sá ekkert athugavert við postulating huglæg smákaka , sértæk kforcei eða
kessencei eða annað fræðilegt DEUS EX machina sem niðurstaða fram var
rekja beint . Lausar svipað var fúslega samþykkt sem adeguate búnað til að mynda
tilgátur (yfirleitt erfða) , og varla nokkur greip greinarmun á
búa til plausible bjart hugmynd og ná defensible niðurstöðu . Að þessu skapi,
dirfska var meira til að dást en varúð . A ljómandi óvænt tengsl atburða
eða fyrirbæri var betri árangur en laboriously neglt - niður niðurstöðu . Þannig
Grand sópa af hugmyndum Darwins lent í opinbera ímynda , preconditioned eins og
það var eftir að
arfleifð Naturphilosophie , miklu meira en ótrúlega assemblage hans nákvæmar
reynslan . Darwin var ekki kynna hugmynd um þróun ; Framlag hans var að
vinna út í sannfærandi smáatriðum A nonteleological verkfæri sem smám saman
uppruna

tegundir gætu verið grein fyrir . Það var kaldhæðni örugglega að frábær bók hans virtist
í
vinsæll huga staðfesting á teleological , jafnvel animistic , hugmyndum um
Naturphilosophie ,
Þó það hafi verið margir slíkir atburðir í sögu vísinda . Kannski meirihluti
fólk nálgast nýjar hugmyndir kassimilativelyn (til að nota hugtakið Piaget er) , draga þá
til þeirra
næsta eguivalent í lager af núverandi hugmyndir , svo að byltingarkennd

tillaga gæti endað styrkja afturhaldssamur hugmynd .
Maður gæti jafnvel halda því fram að í heiminum í dag , helsta hlutverk mikilfenglegur ,
heildstæðan speculationsephilosophical eða pseudoscientific h htheories af universeieis
til að hjálpa unglingar fá tímabundna vitsmunalegum leikni rugl sem þeir upplifa
á skyndilega víkkun horilons þeirra, bæði tilfinningalegum og ideational . Í vissum
skilningi ,
Freud er læknanemi var guite réttlætanlegt tilfinning að eðli hans - heimspekilegar
leanings voru meðal barnalegum hlutum sem maður þurfti að setja í burtu . Jones (
1953 , bls. 29)
skrifar að þegar hann spurði einu sinni Freud hversu mikið heimspeki hann hafði lesið ,
svarið
kom : kVery lítið. Sem ungur maður sem ég fann sterka aðdráttarafl gagnvart
vangaveltur og
hörku athugað það.Ég
Á grundvelli þessa og margir viðeigandi athugasemdir og leið , hef ég summariled (sjá
borð) þá þætti hugsun Freud er sem virðast rekja til Naturphilosophie og til hans
heimspekilegu rannsóknir Brentano , ásamt starfsbræðrum sínum , sem er gerður úr
hefð mechanistic vísinda og einkum frá eigin námssamningi Freud er í
physicalistic lífeðlisfræði . Til óþekkt leyti , sumir hlutir á vinstri gæti hafa dregið
frá öðrum humanistic heimildum , en þetta virðist líklegasta . (Gögn sem sýna að
ýmsir þættir tengdust með þeim hætti ætlað er kynnt í Holti , 1963 .)
Freud talaði yfirleitt slightingly um allar þær aðferðir og málsmeðferð formleg
greinum , eins og í guotation ofan , þar sem það er athyglisvert (og einkenni) að hann
eguated heimspeki og vangaveltur . Frádráttur , comprehensiveness umfjöllun kenning
er,
og strangt skilgreining tengdust í huga hans með sæfðu formalisku þætti

Tafla 1 : Hulda Uppbygging Freuds kennslufræðilegan getnað

Unnum mestu úr Unnið að mestu úr
heimspeki , einkum physicalistic lífeðlisfræði :
Naturphilosophie :
Tengslum heimspeki; fræðilegum Lífeðlisfræði ;
greinum: heimspekilegu sálfræði taugasálfræði ;
metapsychology
Eðli heill, alhliða hluta, tilfallandi kenningar
theoriling : kenningar , með nákvæmum og groping imprecisely
skilgreining hugtaka skilgreind hugtök
Verklagsreglur Afleiðsla aðferð , nota inductive aðferð
og stærðfræði ; (nonformalistic) ;
aðferðir : tilgáta ; myndun athugun ; krufning ;
greining

heimspeki . Og enn (kannski vegna þess að brú - hugtakið þróun) , Naturphilosophie
og restin af þessari flóknu hugmyndir voru tengd i huga Freud er með Darwin benti
liffræði
og til álíka erfðafræðilega aga fornleifafræði . Þessar virðulegur vísindi sem ,
ólíkt heimspeki og stærðfræði , voru concretely reynslunni , endurbyggja fjarlægur
fortíð mannsins með erfðafræðilegum aðferð . Kannski hélt að hann væri eftir aðferð
þeirra
virkt Freud , að lokum, til að láta undan langa hans - bæla þrá breið, íhugandi
theoriling . Í ævisögu sinni (. Freud , 1925 , bls 57) , skrifaði hann : Kin verk síðar minn
ár (utan Ánægja Hugmyndafræði , Group sálfræði og Greining á Ego , og The
Egó og Id) , hef ég gefið frjáls taumur að halla , sem ég hélt niður svo lengi, að
vangaveltur .... ég
Í vissum skilningi, að sjálfsögðu , það er aðeins í framhaldi af aðferðinni úr
erfðafræðilega uppbyggingu til að
fara aftur út fyrir upphaf einstökum lífi og reyna að rekja þróun
félagslega hluti siði í stærri líf sögu fólks , eins og Freud gerði í Totem og

Bannorð . Kennsluhugmyndir Haeckel (sem Ontogeny recapitulates phylogeny) og
Lamarck (sem acguired einkenni má um erfðafræðilega) voru almennt þekktur á
vísindalega mótunarárum Freuds og notið miklu meira útbreitt staðfestingu vísinda
heiminum en þeir gerðu á síðari árum Freuds . Þetta samþykki gert það erfitt fyrir hann
að gefa þau upp . Ef hagnýtur mannfræðingar hafði birst kynslóð fyrr og ef þróun nálgun
hafði ekki verið svo populariled Sir James Fraler , Freud hefði getað skilið hvernig
langvarandi og meðvitundarlaus patterning á menningu getur verið. Þetta flókinn
samtenging gerir það mögulegt fyrir menningu til að senda í gegnum smávægilegar og
nánast imperceptible konar námi , staðreynd sem dragi það Freud (1934e3f) lýsti var
nauðsyn að félagslegt sálfræði ætti fullyrðingu arfleifð acguired einkenni.

Freud er Hugræn Style

Víkjum nú að síðustu meirihátter uppsprettu erfiðleika nútíðarmenn kynni í skilning
Freud : vitsmuna hans stíl . Einhver sem hefur lesið Freud yfirleitt getur brugðist við því
uppástunga með undrun , fyrir stíl Freuds er dáðist mikið fyrir auri skýrleika hennar .
Jafnvel í þýðingu , Freud er skær , persónuleg og charmingly beint á þann hátt sem
gerir hann mjög læsileg ; hann notar hugmyndaríkur og frumlegt myndmál , og oft leiðir
lesandann eftir með eins konar þrepum þróunar sem gerir honum kleift að komast inn í
erfið og touchy svæði með minnst áreynsla. Einhver sem hefur lesið mikið af skrifum
sínum getur auðveldlega skilja hvers vegna hann fékk Goethe prile fyrir bókmenntum .
Engu að síður eru stylistic erfiðleikar í að skilja hann ; en þeir tengjast hans
vitsmunalegum , ekki bókmennta stíl hans . A nokkra áratugi síðan George Klein (1951 ,
1970) myntsláttumaður
hugtakið hugræn stíl að meina patterning leiðir einstaklingsins af því að taka í, vinnslu ,
og miðlun upplýsinga um veröld hans . Freud hefur eðlislæga leið ekki bara af
að skrifa en í hugsun, sem gerir það ótrúlega auðvelt fyrir nútíma lesanda til
mistúlka merkingu sína , að missa eða afbaka mörg næmi um hugsun hans . að sumir
gráðu , Ég sjálfur má subtly skekkja hugtak Klein , að hann operationaliled það í
rannsóknarstofu , ekki bókasafn . Hann kynnti einstaklingum með falinn tölur til að vera
einangrað frá
felulitur , röð af sguares að vera dæmdir fyrir Sile , og önnur óvenjuleg verkefni, sumir af
hans
eigin og sumir finna annarra . Hins vegar þær aðferðir sem ég hef notað eru meira eins
og þær
af bókmenntagagnrýnandi . Ég hef safnað skýringum á hvað sló mig eins og
einkennandi hátt í

sem Freud fram, unnin gögn , sem fengust hugmyndir frá öðrum en beinum hætti
athugun , hugsaði um þá, og setja persónuleg frímerki hans á þeim. Í aðgerð svo,
Hins vegar hef ég verið leidd af langa tengslum mínum við Klein og eigin leið sína
nálgast vitræna ferli og framleiðsluvörur; svo ég treysti því að ég hef verið satt að anda
af sínu framlagi , sem nú er svo mikið notuð að vera nánast hluti af sálfræði er
sameign .

Eðli stíl
Kannski eins gott staður til að byrja eins og allir er með vel Ernest Jones er - þekkt
ævisaga. Mikið af litlu sem hann hefur að segja um þetta efni er hægt að organiled í
formi antitheses eða andstæður. Fyrst af öllu, það var mikið um Freud sem var
áráttukennt skipulag og harður - vinna . Hann leiddi stöðugt , reglubundið líf þar sem
vinna hans var undirstöðu nauðsyn . Hann skrifaði Pfister : KI gat ekki hugleiða með
hvers konar þægindi líf án vinnu . Skapandi ímyndunarafl og vinna fara saman með mér ;
Ég tek engar mætur á neinu else.i En hann fór á, kThat væri ávísun fyrir hamingju var
það ekki fyrir hræðileg hugsun að framleiðni manns veltur algjörlega á viðkvæmum

moodsi (Jones , 1955 , bls . 396f .) . Sem Jones koma út, var hann öruggiega vinna
með mátun og byrjar, ekki guite svo jafnt og þétt og reglulega eins og, segja , Virgil , en
þegar stemmningin var á honum .
Aftur, Jones athugasemdir á nánu athygli kFreud er við munnlegum smáatriðum ,
sláandi þolinmæði sem hann vildi unravel merkingu setningar og utterancesi (Ibid. , bls .
39f) . Á hinn bóginn :
Þýðendur hans munu bera mig út þegar ég athugasemd um að minniháttar obscurities
og ambiguities ,
af því tagi sem fleiri scrupulous circumspection hefði fúslega forðast , eru ekki
síst af rannsóknum sinum . Hann var að sjálfsögðu meðvitaðir um þetta . Ég man einu
sinni að spyrja hann hvers vegna hann

notað ákveðna setningu , merkingu sem var ekki ljóst , og með grimace svaraði hann : (.
1.953 , p 33f .) kPure Schlamperein (sloppiness) .
Hann var sjálfur ekki nákvæmlega þýðandi , þó mjög hæfileikaríkur maður . kInstead af
laboriously transcribing frá erlendu tungumáli , idioms og allt , hann vildi lesa leið , loka
bókinni og íhuga hvernig þýskur rithöfundur hefði klæddir sömu hugsanir r þýða verk
hans var bæði ljómandi og rapidi (Jones , 1953 , bls . 55). Álíka , Jones athugasemdir
á kguickness Freud er hugsun og observationi almennt , og sú staðreynd að kHis
tegund af huga var eins og að komast í gegnum efnið í eitthvað mjög mikilvægt út frekar
en að Dally eða spila með iti (1955 , bls . 399) . Í stuttu máli, var hann innsæi fremur
en ploddingly kerfisbundin .
Þetta tiltekna þversögn má leysa , ég tel , með viðurkenningu að Freud var , í
grundvallaratriðum , þráhyggju - áráttu persónuleiki, þar sem þessi tegund af
ambivalence er kunnuglegt . Hann átti gott mál af grundvallar endaþarms einkennum
Umgengni og hömlulaust athygli á smáatriði ; en þegar að því kom að háttur hans að
vinna með svo upplýsingar sem hirða snúa af setningu í því að segja af draumi (sem
aðeins áráttu hefði tekið eftir í fyrsta sæti) , sýndi hann að gjöf fyrir innsæi . Eftir allt
saman, eins og Jones aldrei dekk af að minna okkur , hann var snillingur , maður
ótrúlega greind .

NATURE vitsmuni Freuds
Hvers konar upplýsingaöflun var það , thens Ef við samþykkja aðstæður og þær
viðmiðanir sem
Wechsler upplýsingaöflun próf , það var fyrst af öllu aðallega munnleg frekar en
flutningur konar hæfni . Ég hef séð neinar vísbendingar um að Freud var sérstaklega
hæfileikaríkur með hans
hendur. Hann ekki eins og efna sem tilraunina (Jones , 1953 , bls. 54) , og þó að hann
var góður

microscopist og fundið upp nýja vefi blettur á árum hans í vísindalegum námssamningi

í lífeðlisfræðilegri rannsóknarstofu Brocke er, það er engin sönnun þess að hann var
hagur á að
vélrænni enda þess. Hann var aldrei það sem við köllum Kan tæki maður , ég snjallt
tinkerer.4 Tilviljun, venjulega vísbendingu um að verulega meiri munnleg yfir
frammistöðu
10 yrði greiddur út ef Freud er : hann var örugglega aldrei gefið leika , en var
alltaf intellectualiler og internaliler . Þar að auki, kThat það var borið
aðgerðalaus hlið við náttúruna Freud er niðurstaða sem það er nægur evidence.i Jones
(. 1.953 , p 53) minnismiða; Khe orði einu sinni að það voru þrír hlutir sem hann fannst
unegual : gilda , ráðhús , og educating.i Hann gaf upp dáleiðslu sem KA coarsely
afskipti
methodi og brátt abjured á handayfirlagningu þrátt fyrir að hann meðhöndla nokkrir af
ladies nám í Hysteria með líkamlegri nudd. Situr guietly og hlusta á frjáls
samtök komi aðeins munnlega (að miklu leyti af túlkun) , er aðferð þar
ágæti maður með munnlegum gjafir og disinclination að stjórna.
Innan ríki munnleg greind , getum við gert nokkrar sértækari yfirlýsingar sem
vel. Khe hafði griðarlega ríkur orðaforða , ég Jones (1955 , bls . 402) staðfestir , kbut
hann var
snúa af pedant í orðum . " Hann vissi átta tungumálum , hafa nóg leikni á ensku
og franska skrifað vísindalegar ritgerðir í þeim tungum . Það er sanngjarn magn af
sönnunargögnum
milli línanna skrifum Freuds að modality af hugsun hans var að mestu munnleg , eins og

4 nas ungur læknir sem ég vann lengi í Chemical Institute án þess nokkurn tíma að
verða vandvirkur í færni sem að vísindi útheimtir ; og þess vegna í vakandi lífi mínu sem
ég hef aldrei viljað hugsa um þetta næst og örugglega niðurlægjandi þáttur í
námssamningi mínu . Á hinn bóginn hef ég reglulega endurteknar draum um að vinna í
rannsóknarstofu , af vopnaður út greiningu og af því að hafa mismunandi reynslu þar.
Þessir draumar eru disagreeable á sama hátt og umfjöllun drauma og þeir eru aldrei
mjög greinilegur . Á meðan ég var að túlka einn af þeim, var athygli mín að lokum dregið
af orðinu " greiningu ". sem gaf mér lykil að skilningi þeirra . Frá þeim dögum hef ég
orðið hanalyst ' , og ég bera nú út greiningar sem eru mjög vel talað um ... n (1900 , bls .
475)

öfugt við myndlausum , sjón , heyrn eða hreyfigreind . Hann gefur vísbendingar um að
hann hefði verið raunverulegur Eidetiker þar vel inn í námsferilinn , þó :
... Í stuttan tíma æsku minnar sumir óvenjuleg feats af minni voru ekki utan mig .
Þegar ég var schoolboy ég tók það sem málið auðvitað að ég gæti endurtekið með
hjartans
síðu sem ég hafði verið að lesa ; og skömmu áður en ég kom inn í háskólann sem ég
gæti skrifað niður
nánast orðréttur vinsæll fyrirlestrar um vísindalegum greinum beint eftir að hafa heyrt
þau .
(1901 , bls. 135)

Hljóðrænum myndmál gæti verið ótrúlega skær , of , að minnsta kosti allt þar til fyrir
nokkrum árum síðar ,
þegar hann var í námi við Charcot í Paris . Á þessum dögum, er hann skýrslur , Ki guite
oft
heyrði nafn mitt kallað skyndilega með skýr og ástvinur rödd , " sem hann fer á
að vísa til unblinkingly sem khallucination " (1901 , bls . 261) . Samt skrifar hann um
þessar
reynslu á þann hátt að gefa til kynna að, eins og flest önnur eidetic imagers , smám
hann
misst getu sem hann varð eldri . True , draumar hans haldist skær sjón , og hann
stundum var hægt að fá verulega sjónræna mynd í vakandi lífi , en hann emphasiled að
slíkum tilfellum voru einstök . Á hinn bóginn hef ég aldrei fundið neina visbendingu um
að
Freud var jafnvel kunnugt um að slík fyrirbæri sem myndlausum hugsun til; þó
Rannsóknarmenn frá Galton Anne Roe hafa komist að því að það characteriles margir
leiðandi
tölur í slíkum greinum sem stærðfræði og fræðilegri physicsedisciplines sem Jones
sérstaklega segir (1953 , bls . 33) Freud gæti aldrei hafa framúr inn
Kannski er það vísbending hér að hugur Freuds var ekki á mjög fararbroddi eins langt
og mjög abstrakt hugsun er málið varðar . Víst var hann ekki mikið fyrir stærðfræðingur .
Hann characteriled einu sinni sjálfan sig sem hér segir :
Ég hef mjög takmarkað getu eða hæfileika . Ekkert yfirleitt fyrir náttúruvísinda ; ekkert
fyrir stærðfræði ; ekkert fyrir neitt guantitative . En það sem ég hef, af mjög takmarkaður

Náttúra , var líklega mjög ákafur . (tuoted í Jones, 1955 , bls . 397)
Eins og við munum sjá svolítið síðar , þetta ættingi veikleiki í guantitative þáttur hafði
fjöldi sjáanlegum áhrifum á þann hátt Freud er að hugsa.
Til summarile svo langt, í skilmálar af getu , Freud hafði aðallega munnleg greind og
háttur af hugsun . Hann var óvenju hæfileikaríkur á minni , einbeitingu, óvirkur (eða
eins og hann orðaði það , kevenly - suspendedi) athygli, og skapandi hugmyndir -
myndun . Gjöf hans var meira greinandi en tilbúið , rétt eins og val hans var fyrir
fyrrverandi yfir seinni þætti hugsunar . Hann hafði ekki athyglisverð gjafir ásamt
skynhreyfitruflunum , manipulative , eða guantitative línur , né í flestum abstrakt
tegundum hugsun . Umfram allt , það má ekki vera óþarfur að bæta við, hann var
afkastamikill , frumleg og skapandi.

SELF - Critical Efasemdir móti Sjálf - fullviss ÁKVÖRÐUN
Í að færa á til fleiri stylistic þætti hugsun hans , skal ég halda áfram að stunda
antitheses . Ein slík er andlega hlið áberandi þema í persónuleika Freud er : a
sjálf - gagnrýni, jafnvel svefn og sjálf - þori hógværð á móti að mestu falinn og negated
þorsta fyrir frægð ásamt mikilli sjálf - traust. Nokkrar af guotations bæði frá

Freud og frá Jones hafa snert á sjálfum sér - Critical hlið , og sannanir fyrir djúpt hans - sitja þrá að sjá nafn hans rista á stein fyrir aldri er omnipresent í Jones er þrjú bindi , þótt lærisveinninn outdid skipstjóra í protesting að það var ekki svo . Báðir þessir hliðar huga Freud er kominn út í tengslum við hugmyndir setti hann fram í Handan Ánægja Hugmyndafræði . Hann skrifaði :
Hvað segir er tilgáta , oft langt - sóttur vangaveltur , sem lesandinn mun taka eða hafna í samræmi við einstaklingsbundnar predilection hans . (1920 , 24 bls.)

og :
Það má spyrja hvort og hversu langt ég er sjálfur sannfærður um sannleika tilgátur sem hafa verið settar fram á þessum síðum . Svarið mitt myndi vera að ég er ekki sannfærður um mig og að ég leita ekki að sannfæra aðra til að trúa á þá . Eða nánar tiltekið , að ég veit ekki hversu langt ég trúi á þá .... Þar sem við höfum svo góða ástæðu til að vera distrustful , viðhorf okkar gagnvart niðurstöðum eigin ákvarðanir geta ekki vel verið annar en einn af flottum góðvild . (1920 , bls. 59)
Hann var að tala , að sjálfsögðu, um mest umdeild vangaveltum hans, þær sem varða dauða eðlishvöt . Enn aðeins nokkrum árum síðar , skrifaði hann þetta:
Til að byrja með það var bara með semingi að ég setti fram skoðanir sem ég hef þróað hér, en í tímans rás hafa þeir náð slíkum tökum á mér að ég get ekki lengur hugsað með öðrum hætti . Til að hugur minn , þeir eru miklu meira endingargóður frá fræðilegu sjónarmiði en allir aðrar mögulegar sjálfur ; þeir veita að einföldun , án annaðhvort hunsa eða gera ofbeldi við staðreyndir , sem við leitumst í vísindastörf . (1930 , bls. 119) Í stuttu máli, hafði hann tilhneigingu til að verða svo kaccustomed til facei eigin hugmyndum sínum og að telja þá ómissandi og loks eins og komið , jafnvel þó þeir voru upphaflega kynnt með mikilli hógværð . Reyndar leit hann aftur á skjálfta tilgáta Handan við Ánægja Hugmyndafræði sem grundvöll fyrir að styðja grundvallar forsendu hans að það þurfti að vera tveir flokkar instinctual diska :
Aftur og aftur við finnum , þegar við erum fær um að rekja instinctual hvatir til baka , að þeir sýna sig sem afleiður af Eros . Ef ekki væri fyrir þau sjónarmið sem fram koma í Beyond the Ánægja reglunni og að lokum fyrir sadismar efnisþáttum sem hafa fest sig í Eros , ættum við að hafa í erfiðleikum með að halda til grundvallar andstæðuhugsun okkar sjónarhóli pinna eðlishvöt kenningu). (1923 , bls. 46)

Hér höfum við í fyrsta vísbending um eitt af helstu vandamálum sem Freud barátta,

og sem hjálpaði móta eðli hugsun hans . Vinna eins og hann gerði í nýju sviði , án hefðbundnum viðmiðum fyrir stofnun gilt þekkingu , þurfti hann að vera uppi á móti óumflýjanleg sjálf - efasemdir , jafnvel örvæntingu að það sem hann var að gera gæti leitt hvar sem er, með ofsahræðslu traust í sjálfum sér, trú að intuitions hans og tilgátur yrði vindicated , og jafnvel viss hversu sjálf - blekking , sem hann hafði stofnað stig fleiri þétt en hann í raun hefði verið hægt að gera.

Tilraunir hans til að hverfa í ljósi viðurkenningu hans sem framfarir erfitt er vel lýst í eftirfarandi quotation :

Það er nánast niðurlægjandi að eftir að hafa unnið svo lengi , við ættum samt að vera í vandræðum með að skilja grundvallar staðreyndir . En við höfum gert upp hug okkar til að einfalda neitt og að fela neitt. Ef við getum ekki séð það skýrt að við munum að minnsta kosti að sjá greinilega hvað obscurities eru . (1926a , bls. 124)

Eitt af því jákvæða þætti getu Freud er að vera sjálf - gagnrýni vilji hans til að breyta hugmyndum sínum :

Við verðum að vera þolinmóðir og bíða ferskt aðferðir og tilefni rannsókna . Við verðum að vera tilbúin líka, að yfirgefa leið sem við höfum fylgt um tíma , ef það virðist vera að leiða til ekki gott enda. Aðeins trúuðu , sem krefjast þess að vísindi skulu vera í staðinn fyrir kverinu þeir hafa gefið upp, mun kenna rannsakanda til að þróa eða jafnvel breyta skoðunum sínum . (1920 , bls. 64)

Ef hann var ekki alltaf hægt að búa til þessa hugrökku áætlun , ef hann ekki að recognile að

margir af unguestioned forsendum hans voru ekki eins axiomatically satt eins og hann hélt , þessar

eru nauðsynlegar consequences af því að vera mannlegur . Freud var örugglega viðvarandi í langan hans

gestur með brennandi áhuga á sér til rúms leyndardóma náttúrunnar og getu til að annast

djúpt um hugmyndir hans . Allt meira eðlilegt því að hann ætti að hafa tilhneigingu stundum

að missa vísindalega detachment og rugla hugmyndir sínar með veruleika . Þannig myndi hann vísa til kthe hsuper - Ego , ' einn af síðari niðurstöðum psychoanalysisi (1900 , bls 55f n 1 . .) , Eða til að kthe uppgötvun sem Ego sjálft er cathected með libidoi (1930 , bls 11f ;. áherslu bætt í báðum guotations) . Þegar ég talaði hér að ofan um unguestioned forsendur hans , hafði ég aðallega í huga að óbeinar reflex líkan af lífveru , sem er í dag sannanlega rangar (Holt , 1965) . Samt Freud það virtist svo sjálf - augljóslega satt að hann getur til það sem staðreynd sem hann gæti fundið einn af mest guestionable býr sínum :

Langstærsti tilhneiging andlegu lífi , og ef til vill af tauga lífið almennt , er átak til að draga , til að halda stöðug eða til að fjarlægja innri spennu vegna áreiti . . . EA tilhneiging sem finnur tjáningu í ánægja meginreglu ; og viðurkenning okkar á þá staðreynd er ein af sterkustu ástæðum okkar fyrir því að trúa á tilvist dauða eðlishvöt . (1920 , bls 55f ; . . Áherslu bætt við)

Annar þáttur í þessu sama antithesis var sannfæring Freuds að kjarninn af því sem hann var að setja fram var sannleikur , sem yrði að fullu þakka aðeins með komandi kynslóðir , á móti von hans að mikið af því sem hann kenndi væri guickly umturnað ,

eins og í eftirfarandi 1909 bréf til Jung bregðast við tjáð ótta þess síðarnefnda að skrif Freuds yrði meðhöndluð eins og fagnaðarerindið :
Surmise þínu að eftir brottför mína villur mínar gæti verið adored sem heilagur minjar skemmta mér gríðarlega, en ég trúi því ekki . Þvert á móti , held ég mínir vilja skunda að rífa eins skjótt og auðið er allt sem er ekki öruggur og hljóð í hvað ég fara á bak . (tuoted í Jones, 1955 , bls . 446)
Freud sýndi hér styrk trú sína að það voru kjarna af eilífum sannleika sem og hismið í uppskeru erfiðis hans .

GREINING MIÐAÐ YFIRLIT

Annar þekki antithesis í ríki hugsun er greining á móti myndun . Hér er val uppfinningamanns og namer á sálgreining var skýr og merkt . Árið 1915 skrifaði hann til Lou Andreas - Salome :
Ég svo sjaldan fundið þörf fyrir myndun . Einingu af þessum heimi virðist mér eitthvað sjálf - skilið, eitthvað unworthy áherslu . Sem heilla mig er aðskilnaður og brjóta upp í frumeindir hvað ella renna saman í Primeval deigi . . . . Í stuttu máli , ég er augljóslega sérfræðingur og tel að myndun býður engar hindranir þegar greining hefur verið náð . (1960 , bls . 310)
En þrátt fyrir þá staðreynd að hugtakið tilbúið hlutverk sjálf tengist minna með Freud en með Nunberg , pappír þess síðarnefnda með þessu nafni (Nunberg , 1931) er að stórum hluta einfaldlega teikning saman af punktum Freud gerði í brottför í mörgum samhengi . Freud gæti framkvæma ótrúlegar feats af synthesiling margir ótengdur factsesee td masterly umfjöllun sinni um vísindaritum um drauma (1900 , Ch 1 .) Eand Hann kenndi okkur mikið um tilbúið starfsemi ; Engu að síður , hæfni hans og Dálæti hans hljóp aðallega á sömu nótum greiningu .

díalektík tvíhyggju

Ein ástæðan sem ég hef samþykkt antithetical aðferð í þessu greinargerð er að val fyrir gagnstæðra tvöfaldur hugmyndir sjálf var mjög einkennandi hugsun Freud er . Jafnvel í ríki listarinnar , hann vildi eindregið jafnvægi klassískri antiguity ; bréf til Romain Rolland árið 1930 talar um kHellenic ást hans hlutfalli " (1960 , bls . 392) . og í eigin kenningin hans , er það vissulega sláandi og vel - þekkt staðreynd að helstu hugtök hans koma í
Viðburður andstæðar pör . Kannski er mest áberandi hvatningar kenning hans í ýmsum þess

guises. Nokkuð snemma , smáupphæð hann meðvitundarlaus ósk gegn preconscious cathexis , þá
libidinal móti Ego - eðlishvöt , að fara á til að narcissistic móti hlut - kynhvöt, að Eros

móti dauða eðlishvöt (eða ást á móti hatur) ; en það var alltaf tvískiptur ökuferð kenning .
eða
muna kthe þrjú frábær andstæður sem ráða andlega lifei : activityepassivity , egoe
ytri heim , og pleasureeunpleasure (. 1915a , p 140 ; áhersla Freuds), sem
mætti við að af masculineefeminine . Mörgum öðrum slíkum andmæli koma upp í
hugann :
guantity móti guality , autoplastic móti alloplastic , Ego - syntonic móti sjálf - útlendingur,
ánægja meginreglu reyndin meginreglu , fritt móti bundnum cathexis , og aðal
vinna á móti annari aðferð . Það er ekki erfitt að sýna fram á að Freud hugsuð fyrir
samfelld röð raunverulegra hugsun milli fræðilegra öfgar á
grunn-og framhaldsskóla ferli, en hann notaði yfirleitt þá í dichotomous tísku .
Jafnvel þegar hann lagði triads hugtök (Cs. , stk , og UCS , . . EGO, superego og id) ,
hann hafði
sterk tilhneiging til að draga þá til tvöfaldur formi . The 1923 Verkið er , eftir allt , rétt
bara The Ego og Id ; og greinarmun á meðvitund og dulvitund alltaf
hrifinn Freud sem kour einn leiðarljós - ljós í myrkrinu dýpi - psychologyi (1923 , bls .
1F). Hugtök eins ambivalence og átökum conceptualile einkenniið sem grundvallar
staðreyndir
sálfræði . Reyndar mætti halda því fram að margar af antithetical dynamic hugtök eru ⁄
bein conseguence af recogniling Freud er hversu mikilvægt átök var bæði eðlilegt og
sjúkleg þróun .

Þolist mótsögn (YFIRLIT Frestaður)
Ennfremur hugsun Freuds er characteriled óvenjulega umburðarlyndi fyrir ósamræmi .
ef
þú fórst í gegnum verk sem kann að höfundur eins hugmyndaríkur og Freud, myndir þú
eflaust finna
margir gagnkvæmt misvísandi yfirlýsingar og margir tillögur sem eru í raun

samrýmist grunnforsendur hans . En það er ekki erfitt að finna aðrar ástæður fyrir því
bent á ósamræmi í starfi Freud er að auki hreinn magn þess, sem er gífurlegur val hans
fyrir það sem ég mun útskýra bráðlega eins seriatim theoriling og piecemeal
raunhyggjunni , sem báðar eru greinilega að vænta frá maður með stefnumörkun í burtu
frá myndun, og játaði sloppiness með hugtök . Sem Jones setur það ,
Hann skrifaði auðveldlega , reiprennandi og af sjálfu sér, og hefði fundið mikið
endurskrifa irksome . . . . einn af helstu eiginleika hans pwasq mislíka hans vera hamlað
eða fjötraðir . Hann elskaði að gefa sig upp til hugsanir hans frjálslega , til að sjá hvar
þeir myndu taka hann , fara til hliðar fyrir augnabliki hvaða guestion af nákvæmlega
uppdrætti ; sem hægt væri að vinstri til frekari skoðunar . (1953 , bls. 33f).
True , gerði hann umrita og endurskoða nokkur af bókum hans mörgum sinnum . Sem
betur fer,
Standard Edition veitir variorum texta og scrupulously upplýsir okkur um öllum
breytingum ,
útgáfa af útgáfu . Það er ekki erfitt , því að characterile stíl Freuds um endurskoðun með

læra túlkun Dreams , The psychopathology af daglegu lífi , og þrír
Ritgerðir á kenningu um kynhneigð. Þessar bækur , sem kom fyrst 1900-1905 , fór
gegnum átta, tíu og sex útgáfum sig , öllum þeim sem inniheldur viðbætur frá á
kosti eins seint og 1925 . Þannig haf þeir að minnsta kosti tvo stóra tímabil í þróun
Hugsun Freuds , þar á meðal langt - ná breytingum í módel . Enn ein yfirlýsing fjallar um
Mikill meirihluti breytingum : hann við það . Það var aldrei nein grundvallaratriði
endurmat og harla lítil myndun . Kannski ef Freud hefði ekki haft svo frábær
stjórn skrifleg samskipti svo að hann varð sjaldan jafnvel að pólskur fyrstu drög hans ,
hann
hefði mótað bækur hans nánar og þeir fóru í gegnum nýjum útgáfum . á
mest , bætti hann einstaka neðanmálsgrein sem vísar út sem ósamrýmanleiki af
greinargerð með
síðar kenningar . Jafnvel Kafli 7 af túlkun of Dreams , Freud er metnaðarfyllsta og

mikilvægt kennilegum , var eftir nánast ósnortið nema interpolations , eftir tinkerings
1915 og 1917 sem undid möguleika á topographical afturför, jafnvel eftir að jettisoning
allrar Topographic fyrirmynd í 1923 og skipti þess með uppbyggingu líkan , sem gerir
ekkert ákvæði fyrir conceptualilation hvers heill vitræna ferli . Reyndar, allt til enda. Kafli
7 innihélt anachronistic bera - utanríkis frá taugakerfi líkan af óbirtar kProject , ég sem
hafði á undan henni um fjögur ár . Í öllu endurskoðun, Freud aldrei horfið fyrnist í
tilvísanir í kneurones , ég kpathways , ég og kguantity.i
Freud byggði kenningu , þá mikið og Franklin D. Roosevelt smíðuð framkvæmdanefnd
útibú stjórnvalda : þegar eitthvað var ekki að virka mjög vel , sjaldan hann
reorganiled ; hann fylgir bara annar agencyeor concepteto gera the starf . Að þola þetta
mikið ósamræmi tók örugglega óvenjulega getu til að tefja tímann þegar
fullnæging í skipulegu , innra samræmi , þá er rökrétt samhangandi kenningu gæti verið
náð . Bera sitt sjálf - characterilation í eftirfarandi bréfi til Andreas - Salome í
1917 ; hann hafði verið andstæður sig kthe kerfi - buildersi Jung og Adler .
. . . hafa sést hvernig I vinna, skref fyrir skref, án þess að innri þörf til að ljúka , stöðugt
undir þrýstingi á þeim vandamálum strax á hönd og sem taka óendanlega sársauki ekki
að vera flutt af leið . (1960 , bls. 319)

Sjö árum áður hafði hann skrifað að Jung :
Ég tek eftir því að þú hefur sömu leið til að vinna eins og ég hef : að vera á varðbergi í
hvaða átt þú telur dregin og ekki taka augljós einfalt leið. Ég held að það sé besta leiðin
líka, þar sem eitt er undrandi síðar að finna hvernig beint þeim circuitous leiðir leiddi til
hægri markmiði . (tuoted í Jones, 1955 , bls . 449)

Til að fylgja nef manns reynslan , að bæta við kenningu hvað bits og stykki gæti

renna meðfram wayethis var aðferð sem Freud fannst heima , með trú hans að lokum
sannleikurinn myndi sigra .

Skilningur á vísindalegri aðferð og hugtök
Þetta viðhorf var að stykki með undirstöðu hugmynd Freud er vísindastarfs . vísindi
var fyrst og fremst spurning um reynslunni athugun , sem hann andstæða yfirleitt með
vangaveltur að discredit síðarnefnda. Sem Freud hugsuð það, íhugandi , eða heimspeki,
kerfið byrjaði með kclear og skarpar helstu hugtök , ég (1915a , bls . 117) og byggð á
þetta ksmooth , rökrétt unassailable foundationi (. 1.914 , p 77) a kcomplete og tilbúinn
- gert
fræðilega uppbyggingu, ég (1923 , bls . 36) sem gæti keasily vor í tilveru lokið , og
skal síðar unchangeablei (1906 , bls. 271) . En kno vísindi , ekki einu sinni mest
nákvæm , ég
rekur þessa leið :
Hið sanna upphaf vísinda starfsemi samanstendur frekar í að lýsa fyrirbærum og
þá í lengra er haldið við hóp, flokka og samhengi þeirra . Jafnvel á stigi
Lýsing Það er ekki hægt að forðast að beita tilteknum abstrakt hugmyndir til efni í
hönd , hugmyndir fengnar úr einhvers staðar eða annað en vissulega ekki frá nýju
athuganir Alone. . Þeir verða fyrst endilega eiga að einhverju leyti af
indefiniteness ; . komum við að gera okkur grein fyrir merkingu þeirra með því að gera
endurteknar tilvísanir í efni athugun sem þeir virðast hafa verið unnin, en á sem í raun
þeir hafa verið lagðir . . . . Það er aðeins eftir ítarlegri rannsókn á sviði athugun sem við
erum fær um að móta undirstöðu vísindum sínum hugtök með aukinni nákvæmni og
smám svo að breyta þeim, að þeir verða endingargóður og samræmi á stóru svæði . Þá
reyndar sá tími kann að hafa komið til að takmarka þá í skilgreiningum . Að framþróun
þekkingar , þó ekki þola allir stífni jafnvel í skilgreiningum . (1915a , bls. 117)

Þegar að takast á við nýtt umræðuefni, því :

Í stað þess að byrja frá skilgreiningu , það virðist meira gagnlegt að byrja með
vísbendingu

á bilinu fyrirbæri í endurskoðun og að velja úr hópi þeirra nokkur
sérstaklega sláandi og einkennandi staðreyndir sem enquiry okkar hægt er að festa . (
1921 ,
p . 72)

Eftir það , allir psychoanalytic inguiry verður
. finna leið Step Þess fyrir skref á leið í átt að skilja ranghala huga með því að gera
greinandi Krufning á bæði eðlileg og óeðlileg fyrirbæri . (. Bls 1923 . 36)
En vegna þess að flókið umfjöllunarefni sitt , psychoanalysis vona eigi guick árangri :
Ótrúlega intricacy allra þátta til að taka tillit fer aðeins
ein leið til að kynna þau opin fyrir okkur. Við verðum að velja fyrst einn og síðan annan
lið
skoða, og fylgja henni upp í gegnum efnið eins lengi og beitingu þess virðist

skila árangri . Hver aðskilin meðferð á viðfangsefninu verður ófullnægjandi í sjálfu sér,
og
það getur ekki mistekist að vera obscurities þar sem það snertir upon efni sem hefur
ekki enn verið
meðferð; en við megum vona að endanleg myndun mun leiða til að skilja .
(1915b , bls. 157f .)

Sannleikurinn , þegar náð , verður einfaldara :
... Við höfum enga aðra markmið en það að þýða inn í kenningu niðurstöður athugun ,
og við neitað að það sé einhver skylda á okkur að ná í fyrstu tilraun okkar vel - ávalar
kenningu sem mun fel sig með einfaldleika sínum . Við skulum verja fylgikvilla kenningu
okkar svo lengi sem við finnum að þeir uppfylli niðurstöður athugun , og við munum ekki
yfirgefa væntingum okkar á að vera undir forystu í lok af þeim mjög fylgikvilla við
uppgötvun á stöðu mála sem, en einfalt í sjálfu sér , getur reikningur fyrir alla fylgikvilla
veruleika . (1915c , bls. 190)
Freud sýndi þannig getu til að þola , til viðbótar við ósamræmi og tefja ,
talsverð hugmyndavinna indefiniteness eða, hugtök í dag, tvíræðni . Kit er
satt , ég er hann var búinn að viðurkenna , kthat hugmyndir á borð við það sem er fyrir
Ego - kynhvöt , orku af

Ego - eðlishvöt , og svo framvegis , eru hvorki sérlega auðvelt að skilja , né nægilega
ríkur í
content.i Engu að síður , psychoanalysis myndi kgladly efni sjálft með nebulous , varla
hugsanlegur grundvallarhugtök, sem hún vonast til að apprehend betur í tengslum við
þess
þróun , eða sem það er jafnvel reiðubúinn til að skipta um othersi (1914 , bls. 77) .
athugið
skyldu fram hér, sem segir greinilega nóg af starfi sínu um skilgreiningu ,
fyrir reglubundnar hugmyndafræðilegs stocktaking ; ef samkvæmur og gagnlegar
skilgreiningar aldrei botnfalla
út , hugmyndin ætti að vera yfirgefin . Eins og við höfum séð , þó svo ferli reglulega
endurskoðun var guite ósamrýmanleg stíl Freud er að vinna og hugsa , og hann sjaldan
hent hugtök þegar hann bætt við nýjum. Það er svolítið sorglegt , en ekki á óvart , til að
finna
að eðlishvöt , sem árið 1915 (1915a , bls . 117f .) voru Kat stund . . . enn nokkuð
óskýr, ég var characteriled 1f árum síðar eins kmythical aðila , stórkostlegt í þeirra
indefinitenessi (1933 , bls. 95).
Fyrir nokkrum árum síðan , ákvað ég að reyna hönd mína á þessum winnowing ferli ,
taka einhver
Mið en tantalilingly illa Freuds - skilgreind hugtök (bindingu cathexis , sjá Holt,
1962) og eftir það í gegnum skrif hans til að sjá hvers konar skilgreiningu komið . The
vinnuafl við að finna og halda saman á samhengi þar sem það átti sér stað , og educing
á 14 mismunandi
merking sem ég var fær um að discernel hafa fundið enn aðrir þar thenuewas mikill

nóg að gera mig realile að ef Freud hefði ráðist að vinna eigin kenningar hans yfir stöðugt á þennan hátt , eftir nokkur ár að hann hefði ekki haft tíma til að analyle lengur sjúklingar , miklu minna að skrifa eitthvað nýtt . Það er satt , ég var fær til að sigta út algerlega merkingu

eigin ánægju mína , en það á eftir að koma í ljós hvort margir psychoanalysts verður sannfærður um að þeir ættu að yfirgefa hinn dolen eða svo gerðir af notkun. Með Freud er

frjáls - og - auðvelt dæmi fyrir fordæmi , sumir finna það auðvelt að réttlæta að setja af hinum vonda degi

þegar skilmálar munu byrja að hafa ákveðnar , takmarkandi merkingu .

Svo langt, ég hef emphasiled á vísvitandi bráðabirgðamat bráðabirgða eðli theoriling Freud er , vísvitandi abjuring hans allir reyna að byggja upp fullkomið og innbyrðis heildstætt kerfi , í þágu piecemeal raunhyggjunni insteadeguite stúf við ljósi Freud sem dogmatic systematist sem myndi læk engin frávik frá hörðu kparty línu " of theoryu enn þetta vinsæll getnaður hefur rætur sínar í raun líka . Fyrir einn hlutur, Freud virðist hafa haft sveiflukenndar , aldrei skýr setja staðla um hvaða hluta sálgreining hefði verið sannað , sem aðeins hann gæti breyst með refsileysi , og hvaða hlutar voru modifiable af öðrum. Satt að agglutinative meginreglu hans endurskoðun , velkominn hann viðbætur svo lengi sem þeir vildu ekki beinlínis kalla á endurskoðun hugtaka og tillögur sem höfðu komið að virðast undirstöðu og nauðsynleg. Þannig hugmyndir Adler um inferiority líffæra og viljann til valda voru ásættanlegur þar lærisveinn byrjaði að heimta að þeir lenti með kynhvöt kenningar og krafðist róttækar endurskoðun þess síðarnefnda .

STYLE OF theorizing

tuite innskot frá tengslum Freud er við framlög annarra (spurning sem er augljóslega mikið flóknara en hér að ofan Stutt umfjöllun kann að virðast til sér), það eru basar til getnaðar Freud sem doctrinaire dogmatist í tilteknum stylistic sérkenni eigin theoriling hans. Láta mig summarile fyrst og síðan stækka, með dæmi. Freud var hrifinn af truflanir hlutina Kas það væri, dogmaticallyein mest nákvæm formi og í flestum uneguivocal termsi (1940, bls 144).; Reyndar hyperbole var eitt af sínum

uppáhalds Retorísk tæki. Þegar hann hélt að hann glittir lög náttúrunnar, sagði hann það

með sópa universalism og almenn. Hann var sömuleiðis hrifinn af útvíkka hugmyndir að

mörk mögulegt notagildi þeirra, eins og ef að strekkja á svið fyrirbæra spanned með hugtak var leið til að gera það meira abstrakt og gagnlegar. Tæki hans til að skipta á hættum einföldun að sem þetta mynstur verða honum var að fylgja ein íbúð yfirlýsingu með annað sem qualified það með hluta mótsögn. Þess vegna er ósamræmi í mörgum staðhæfinga Freud er einungis fram.

Hann var fullkomlega vel ljóst að einn yfirlýsingu undid annað, og nota svo seguences sem leið til að láta að ríkulega flókið getnaði vaxa í huga lesandans eins og atriði voru kynnt eitt í einu.

Hér, þá er ein ástæða hvers vegna Freud er í senn svo delightfully auðvelt að lesa, og svo auðvelt misskilja, sérstaklega þegar yfirlýsingar eru teknar úr samhengi. Viðhorf hans mannlega hegðun var óvenju lúmskur, flókið, og margir - lagskipt; ef hann hefði reynt að setja það fram í setningar samhliða flókið og valdakerfi, hefði hann gert Dr Johnson líta út eins Hemingway. Staðinn, skrifar hann einfaldlega, beint, kröftugur; hann dramatiles eftir Grand orðum aukið, setja út í harða svörtu útlínur hvað hann telur Grunn sannleikann um mál eins og byrjunar stefnumörkun lesandans. Þá fyllir hann í skuggum; eða, með því að annar djarflega einföldum heilablóðfalli, skyndilega sýnir að form er komið fyrir á mismunandi flugvélar. Smám saman, þriggja - vidda veruleika mótast fyrir augum að sá sem veit hvernig á að lesa Freud.

Hér er dæmi um upphaflegan flötu greinargerð sem fylgt er eftir með því að gualifications:
Leiðin sem draumar meðhöndla flokk contraries og contradictories er mjög merkilegt. Það er einfaldlega engu. 'Nei' virðist ekki vera til staðar svo langt sem draumar eru áhyggjur. (1900, bls. 31f)

Ég hef haldið fram hér að ofan sem draumar hafa enga leið til að tjá Tengsl A

mótsögn, hið gagnstæða eða 'nei'. Ég mun nú halda áfram að gefa fyrsta afneitun þessa fullyrðingu. vThe hugmynd um hjust bakhlið 'plastina fulltrúa sem eitthvað snéri frá venjulegum stefnumörkun þess.) (bls. 326)
... The hhnot vera fær um að gera somethingn í þessum draumi var leið til að tjá a contradictionea hno'e; svo að fyrr yfirlýsing mín að draumar geti ekki tjá nnon reguires leiðrétting, (bls. 337)

(Þriðja ndenialn birtist á bls. 434..)

Kannski er jafnvel meira þekki sópa generalilation eftirfarandi:
Psycho --- greining er justly grunsamlegt. Einn af reglum hennar er að allt sem truflar framgang greinandi vinnu er viðnám. (1900, bls. 517)

Sjaldnar guoted er Freud er neðanmálsgrein, þar sem hann gerir þetta statementeso infuriating að mörg að analylanduemore bragðgóður; það er
. auðveldlega opna til að leiðrétta misskilning. Það er að sjálfsögðu aðeins að vera tekin sem tæknilega reglu,
sem viðvörun til sérfræðinga. Það er ekki hægt að deilt að í tengslum við greiningu ýmissa
einkenni geta komið ábyrgð sem ekki er hægt að lagður á sjúklings fyrirætlanir. Faðir hans deyja án hans hafi myrt hann; eða stríð getur brot út sem færir greiningu til enda. En á bak við augljós ýkjur sínu uppástunga er fullyrða eitthvað bæði sanna og nýtt. Jafnvel þótt truflun atburður er alvöru einn og óháð sjúklings, fer það oft á honum hversu mikill á stöðva varð tímabundið það veldur; og viðnám sýnir sig villst í reiðubúin með sem hann tekur við tilvik af þessu tagi eða aukinna notkunar sem hann gerir af það. (Áherslu bætt við)
All of oft (og því miður erfitt að sýna með því að guotation), the mýkja yfirlýsingu eftir fyrstu overgeneralilation er ekki beinlínis bent á, má ekki fylgja mjög fljótlega, eða er ekki augljóslega tengd. Fyrir Freud, hins vegar var meðvitað stefnu vísinda fyrirfram; umbreytingarnar í vísindalegu áliti eru þróun,

ekki byltingum. Lög sem haldin var í fyrstu að vera algilt reynist vera sérstakt tilfelli af alhliða einsleitni, eða er takmörkuð af öðrum lögum, ekki uppgötvað fyrr en síðar; gróft nálgun að sannleikanum komi fleiri vandlega lagað einn, sem aftur bíður frekari Fullkominn (sbr. 1927, bls. 55).
Mörg dæmi um staðhæfingar mótuð með handtekur ýkjur geta hæglega vitnað.
Á grundvelli greiningar okkar á sjálf það er ekki hægt að efast um að í þeim tilvikum í geðhæð Ego og Ego hugsjón hafa ar saman. (1921, bls. 132)

. . . móðursýki. . . er viðkomandi aðeins með bælt kynhneigð sjúklingsins. (1906, bls. 27f)

. enginn getur efast um að hypnotist hefur stigið inn í stað Ego hugsjón. (1921, bls. 114)
Það er víst að mikið af sjálf er sjálft meðvitundarlaus, og sérstaklega hvað við getum lýsa sem kjarnanum hennar; aðeins lítill hluti af því er fjallað um hugtakið kpreconscious.i (1920, bls. 19)

Strachey Bætir eftirfarandi frekar skemmtilegur neðanmálsgrein við ofangreinda yfirferð:
Í núverandi mynd þessi setning er frá árinu 1921 í fyrstu útgáfu (1920) og það rann: Kit getur verið að mikið af sjálf er sjálft meðvitundarlaus;. aðeins hluti af því, líklega, er fjallað um hugtakið hpreconscious '. Ég

Í þessu tilfelli, það tók aðeins ári fyrir Varlegt líkur að verða staðreynd.
Í öðrum tilvikum, hyperbole tekur mynd af fullyrðingu undirliggjandi einingu þar sem aðeins fylgni er fram:

Allar þessar þrjár tegundir af aðhvarfsgreiningu ptopographical, í tíma, og formalq eru hins vegar
eitt neðst og koma saman að jafnaði; fyrir hvað er eldri í tíma er frumstæðari
í formi og í psychical landslag liggur nær að skynjun enda. (1900, bls. 54f)

Allt of oft, sópa mótun tekur mynd af yfirlýsingu um að eitthvað eins og Oedipus flókið er alhliða. Ég tel að Freud var minna áhuga á að gera tölfræðilegt generalilation frá takmörkuðum upplýsingum sínum en í groping á þennan hátt fyrir a undirstöðu lög náttúrunnar. Sem Jones summariles bréf af 15. október 1f97, til Fliess,
Hann hafði uppgötvað í sér ástríðu fyrir móður sinni og afbrýði föður síns; Hann fannst viss um að þetta var almennt mönnum einkennandi og að frá honum mátti skilja öflugur áhrif Oedipus þjóðsaga. (Jones, 1953, bls. 326)

Aftur, fjórum árum síðar, generaliled hann almennt frá eigin mál hans:
Það svona liggur í gegnum hugsanir mínar samfellt núverandi af 'persónulegum tilvísun,' af
sem ég hef yfirleitt ekki inkling, en sem svíkur sig með slíkum tilvikum af mínum gleyma nöfnum. Það er eins og ef ég væri skylt að bera allt sem ég heyri um aðra fólk með mér; eins og ef persónuleg fléttur mínar voru sett á varðbergi þegar annar maður er leiddur í tilkynningu frá mér. Þetta getur ekki hugsanlega verið einstaklingur
peculiarity mína eigin: það verður frekar að innihalda vísbendingu um hvernig við skilja ksomething annað en okkur sjálf'' almennt. Ég hef ástæður til að ætla
að aðrir eru í þessu tilliti mjög svipað við mig. (1901, 24 bls.)
Til samtímans sálfræðingur, þjálfaðir til að vera varkár í generaliling frá litlum sýni, það virðist audacious að benda á foolhardiness að hoppa úr sjálf - athugun til a almenn lög. En Freud var emboldened með mjög staðreynd að hann var að takast á við mikilvægt
málefni:
Mér finnst grundvallar andúð gagnvart ábendinguna að niðurstöður mínar pabout á kynferðislegt Orsakir neurosisq eru réttar, en aðeins fyrir vissum tilvikum. . . Það er ekki mjög
vel og kostur er. Alveg eða alls ekki. Þeir hafa áhyggjur með þeim grundvallar málum að þeir gætu ekki verið í gildi í eitt sett af tilvikum aðeins. . . . Það er aðeins góður okkar eða annars
ekki neitt er vitað. An hrifinn þú verður að vera á sömu skoðun. Svo nú hef ég játaði allt fanaticismu mína (Bréf til Jung, 19 apríl 1909,. í Jones, 1955, bls 439)

Mundu, einnig sú staðreynd að fyrstu vísindalegu viðleitni Freud verulega antedated til sögunnar tölfræði, kenning sýnatöku, eða hönnun tilrauna. Í árdaga hans, þegar hann var mest öruggur í hlutverki sínu sem vísindamaður, Freud var að læra neuroanatomy í smásjá, og eins virtum kennurum hans og samstarfsmenn, generaliling frjálslega og sjálfkrafa úr sýnum af oneu

Þá líka, muna að Freud var promulgator meginreglunnar um exceptionless determinism í sálfræði: allar hliðar hegðun voru löglega, taldi hann, sem gerði það auðvelt fyrir hann að rugla (a) alhliða notagildi ágrip lög og hugmyndir með (B) alhliða tilvik reynslan virkum hegðunar seguences.

Loksins erum við svo vön að íhuga Freud á kpersonality kenningasmiður" sem við gleyma hversu lítið áhuga hann var í einstaklingsbundnum mismun á móti almennum meginreglum. Hann skrifaði einu sinni til Abrahams:

kPersonality". . . er frekar óákveðinn tjáning tekin úr yfirborði sálfræði, og það þýðir ekki að leggja mikið á skilning okkar á raunverulegum ferlum, þ.e. metapsychologically. (Tuoted í Jones, 1955, bls. 43f)

Þrátt fyrir að hann skrifaði mikið mál sögu, nota hann þá að sýna abstrakt framsetning hans, og hafði enga sannfæringu um vísindalegt gildi eða áhuga á einni ræða nema sem hægt uppspretta nýrra hugmynda.

Halla að generalile sweepingly má sjá einnig í tilhneigingu Freud er til teygja mörk hugmyndum sínum. Best - þekkt, ekki að segja alræmdasta dæmi, er þessi af kynhneigð. Í elstu pappíra hans, ksexual Orsakir taugaveiklun" þýddi bókstaflega

seduction, alltaf felur í sér örvun á kynfærum. Frekar guickly, í þeim þremur

Ritgerðir, hugmyndin var stækkað, fyrst að fela öll kpartial diska, ég byggt á inntöku, endaþarms, og phallic - þvagrás erogenous lones, auk auga (fyrir Voyeurism og

exhibitionism). En eins og hann fann í hvaða málum öðrum líkamshlutum virtist þjóna hlutverki kynfæra, Freud framlengdur hugtakið erogenous einn að innihalda tillögur að allir hlutar húð, auk allra viðkvæm innri líffæri, gætu leitt til kynferðislega örvun. Ennfremur Kall tiltölulega ákafir andlegrar ferli, þar á meðal jafnvel terrifying sjálfur, trench upon sexualityi (1905b, bls 203).; og að lokum:

Það má vel vera að ekkert verulega þýðingu geta komið í lífverunni án stuðla sumir hluti til örvun á kynferðislega eðlishvöt, (bls. 205)

Svipað ferli virðist hafa farið á í blurring Freud er af hlutum á hreint Meðal ýmsar Ego eðlishvöt, og að milli EGO eðlishvöt og narcissistic kynhvöt, sem var leyst með að lokum að setja hann allt saman í hugmyndinni um Eros, líf eðlishvöt.

Aðferð til að vinna

Having svo langt kannað sumir af almennum aðgerðum til að hugsa Freud og stíl hans vísindaleg theoriling, skulum spyrja nú hvernig hann vann með gögn hans. Svo langt, höfum við séð aðeins

sem hann lagði áherslu á athugun sem aðal tól vísinda raunhyggjunni. Hans mest mikilvægt sjúklingur, láttu okkur muna, var sjálfur. Í sjálf hans - greining (sérstaklega á seint 1f90 er), gerði hann grundvallaratriði uppgötvanir hans: The Merking drauma er Oedipus

flókið, æsku kynhneigð, og svo framvegis. Þessi staðreynd ætti að minna okkur á gjöf hans fyrir sjálf -
athugun. Það var auðvitað aldur þjálfaðir sjálfsskoðun sem vísindaleg aðferð er fræðilegum sálfræðingar; en það var eitthvað annað aftur. Sjálf --- athugun Freuds var af
sem góður við köllum sálrænt - hugarfar; hann var ekki phenomenologist, forvitinn um

hrár Givens reynslu eða áhuga á analyling gögn vitundarmiðja kpresentational skjótur þeirra" (Whitehead). Jafnvel þegar útlit inn, reyndi hann að komast inn í yfirborðið á því hvað hann fann þar, að leita að orsökum í skilmálar af óskum, áhrif, vonum, keyptur, og leifar bernskunnar tilfinningalega reynslu. Hugleiddu hversu litla heyrt af slíkum málum frá Wundt eða Titchener, og það verður ljóst að hugræn stíl Freuds gegnt hlutverki í unigue notkun hans sameiginlegt skjal.

Athugun, þegar notuð á öðrum sjúklingum hans, þýddi fyrst af öllu notkun frjáls félag. Sjúklingurinn var hvattur til að tilkynna allt um sjálfan sig án þess að ritskoðun, þannig að sérfræðingur gæti fylgst beint baráttu til að fara með þetta virðist einföld reguest og fylgjast óbeint víðasta úrval af mikilvægum lífi reynslu sem greint. En þessi læknisfræðilega marktæk staðreyndir, og jafnvel meira mikilvæg einkenni tilfærslu sem þróaðist í raun í mannlegum

Ástandið meðferð, voru yfirleitt grafin í Heysátan af léttvæg smáatriði. Freud í samræmi við það þurfti að þróa sjálfum sér í mjög sértækt hljóðfæri sem á sama Tíminn var eins mikið og mögulegt er án hlutdrægni. Lausnin sem hann samþykkti, að af kevenly -
frestað athygli" (1912a, bls. 111), samþykkt í virðist þess unselectiveness viðhorf hvatti á frjálslega tengja sjúkling; bæði, kenningin staðfest að ferli
fresta hefðbundnar reglur um meðvitund dómi vildi láta meðvitundarlaus Forces fylgja framleiðslu og móttöku gagna. Aðeins maður með grunn traust á dýpi eigin veru hans hefði verið fús til að láta meðvitaða upplýsingaöflun sína að hluta afsala þessum hætti.

Skólastjóri virkni sérfræðingur, Freud ætlað var að bjóða túlkun á

Verkefni sjúklings. Á þann hátt, þessir fela í sér fyrsta stigi af conceptualilation (það er, er fyrsti vinnslu gagna) og jafnframt íhlutun sem áætlað er að valdi further og breytt efni frá sjúklingnum. Í síðari vinnslu safnast gögn um máls, og raunar annarra gerðir gagna túlkun gegnir mikilvægu hlutverki; að sumu leyti, það er það sem gefur sálgreining unigue karakter sem a háttur af inguiry í mannlega hegðun. Hvort Freud boðið túlkun til sjúklings eða bara notað það í mótun hans af the frumskilyrði lögun af the tilfelli, það tók oft erfðafræðilega formi sögulegu uppbyggingu seguences af mikilvægum atburðum í fortíðinni sjúklings. Hér sjáum við einkennandi eiginleiki hugsun Freud er: Notkun sögulegra (frekar en ahistorical) orsakasamhengi. Þar Kurt Lewin, tíska í sálfræði hefur

verið sterklega í hag ahistorical orsakasamhengi, þótt söguleg mynd hefur nýlega verið kröftuglega haldið fram í mjög háþróaðri hátt (Culbertson, 1963).
Sem Freud notað túlkun í þrengri merkingu, það var í raun fólginn í þýðing, þar sem merking á hegðun sjúklings og orð voru að skipta út með minni sett af öðrum merkingum samkvæmt fleiri eða minna specifiable reglum (Holt, 1961). En
Þessar reglur voru lausir og sérkennilegt, því að þeir felld þá tilgátu að sjúklingur er samskipti höfðu farið í mengi (mestu varnar) röskun samkvæmt óræð aðal aðferð. Starf efnagreinandans því var að snúa við röskun í umskráningu framleiðsla sjúklings til að greina eðli meðvitundarlaus hans átök og stillingar hans barátta við þá. Það er því aðferð við að uppgötvun. Með minniháttar undantekning af a tala af endurteknum táknum, reglur um slíka umskráningu getur verið
fram í aðeins almennum orðum, og mikið er eftir að skapandi notkun efnagreinandans hans eigin
aðal aðferð.

Túlkun er því augljóslega erfitt að nota og auðvelt að misnota, eins og Freud vissi fullvel. Eitt af uppáhalds gagnrýni hans dissident fyrrverandi fylgjendur var að túlkanir þeirra voru handahófskennt eða farfetched.
Hvað, þá voru viðmið hans til að greina djúp og upplýsandi frá eingöngu þvingaður og fjarlægur interpretationss mest ítarlegar umræður sem ég hef fundið um þetta question dagsetningu aftur til miðju 1f90 áratugnum þegar Freud var að verja kenningu sína að
taugaveiklun stafaði af Bældar áverka af raunverulegu kynferðislegu Seduction í frumbernsku. Hann gaf
a tala af viðmiðun, eins konar og magn af áhrif og mótspyrna sýnd, sem hann ánægð sig að túlkanir (eða sögulegar byggingar), sem hann bauð hans sjúklingar með þessum línum voru gild, og fyrir trú skýrslur af sumum af þeim sem örva upphaflega honum að ritgerð þessi aðferð. Enn eins og við vitum, að enginn þeirra ráð
öryggisráðstafanir nægði; Freud ákvað að lokum að hafna krecollectionsi sem keyptur. Að
í dag, enda skilyrði til að meta túlkanir enn einn af helstu óleyst Aðferðafræðileg vandamál í öllum skólum á sálgreining.

AÐFERÐ sanna STIG (sannprófun)
Þegar hann hafði gert túlkanir hans og erfðafræðilega skýringar af ýmsum gerðum sínum af gögnum til eigin ánægju hans , Freud hafði myndast helstu tilgátur hans . Nú setti hann um að sanna þá. Leyfðu okkur að kanna leiðir hann reyndi að koma stigum sínum með marshaling skýrslu sína og röksemdir hans .

Furðu , hann notaði oft það er í raun tölfræðilegar reasoning að gera stig hans . True , það tekur yfirleitt þeirri einföldu formi fullvissa lesandann að hann hefur séð fyrirbæri í guestion ítrekað :

Ef það væri guestion af einu tilfelli aðeins svona af sjúklingur minn , vildi einn yppta öxlum það til hliðar . Enginn myndi dreyma um að reisa á einni athugun trú sem felur taka svo afgerandi línu . En þú verður að trúa mér þegar ég fullvissa þig um að þetta er ekki eina málið sem í minni reynslu . (1933 , bls. 42)

Margir sálfræðingar virðast finnst Freud freguently byggt stórt
tillögur um einstök tilvik ; en ég hef vandlega leitað alla sína helstu mál sögu fyrir tilvikum , og hafa fundið none.5 Hann skrifaði eins snemma og í tilviki Dora , kA eitt mál getur
aldrei vera fær um að sanna að setningin svo almenn sem þessi onei (1905c , bls . 115) . í hans
Elstu psychoanalytic pappírar , Freud aftur og aftur guoted slík tölfræði sem eftirfarandi:
. fullyrðingu mína . . . er studd af þeirri staðreynd að í sumum átján tilvikum af móðursýki sem ég hef verið fær um að uppgötva þessa tengingu í hvert einasta einkenni , og , þar sem aðstæður leyfa , til að staðfesta það með því að lækninga árangri . Eflaust þú getur hækkað mótmæli að nítjándu eða tuttugustu greining mun kannski sýna að hysterical einkenni eru fengnar frá öðrum aðilum eins og heilbrigður, og draga þannig úr alhliða gildi kynferðislega orsökum að einn af áttatíu prósent . Fyrir alla muni skulum bíða og sjá ; En , þar sem þessum átján tilvikum eru á sama tíma öllum tilvikum sem ég hef getað til að framkvæma verkið á greiningu og þar sem þeir voru ekki teknir út með því að einhver fyrir þægindi minn , þú vilja finna það skiljanlegt að ég deili ekki svo von en er tilbúinn að láta trú mín hlaupa undan sönnunargildi gildi athugasemdum sem ég hef hingað til gert . (1f96 , bls. 199f .)

Leiðinlegt (1954) hefur bent á að í slíkum notkun tölfræðilegra rök og þetta, Freud ekki fara út aðferð Mills samkomulagi , sem er flestum grunn hans og kosti áreiðanleg Canon virkjunar . Í blaðinu sem ég hef bara guoted , Freud talið Möguleika á að nota kjarna ráðlögðum sameiginlega aðferð Mills samkomulagi og

5 Sjá hér að ofan , þó til dæmi um generaliling hans frjálslega frá sjálf - athugun . Virðist , í eðli sínu sannfærandi eðli innhverfan gögn overrode almenna varúð hans .

ágreiningur . Það verður mótmælt , segir hann , að mörg börn eru seduced en verða ekki móðursjúk , sem hann gerir til að vera satt án þess að grafa undan rök hans ; að hann ber saman Seduction til ubiguitous berklasýktur Bacillus , sem er kinhaled með miklu fleira fólk en finnast að falla illa um tuberculosisi (bls. 209) , en samt er Bacillus er sérstakur hverjar diseaseeits nauðsynleg en ekki fullnægjandi orsök. Hann taldi möguleika að það gæti verið hysterical sjúklingar sem ekki hafa undirgengist Seduction

en quickly vísaði málinu ; svo eiga tilvik hefði ekki verið psychoanalyled , svo ásökun hafi ekki verið sannað . Í the endir , því Freud hélt því einfaldlega leið sinni út úr nauðsyn til að fjalla um en eigin jákvæðum hans málum , og var því ekki að nota tölfræðilegar rök í hvaða rökstyðji eða þvingunaraðgerðum hætti .
Í lið af því , tilvisanir í greinar hans til fjölda tilvika meðhöndlaðir hætti nær eingöngu eftir 1900 ; staðinn , finnur maður fullviss guasi - guantitative Kröfur af þessu tagi : kThis uppgötvun , sem var auðvelt að gera og gæti verið staðfest eins oft og maður vildi . . . l (1906 , bls 272) . , eða svo miklum admonitions sem þessum:
Kenningar sálgreining byggir á ómetanlegt fjölda athugana
og reynslu, og aðeins einhver sem hefur endurtekið þessar athuganir á sjálfum sér og öðrum er í aðstöðu til að koma á dómi hans eigin á henni . (1940 , bls. 144)
Í langan guotation frá 1f96 rétt fyrir ofan , athugið að innganga Annað einkenni háttur af röksemdafærslu oft notuð af Freud : Kenningin er sannað með lækninga árangri hennar .
Stundum kemur fram með það sem við höfum séð til að vera einkennandi hyperbole :
Sú staðreynd að í technique af sál - greining leið hefur fundist sem andstæðar afl POF anticathexis í repressionq hægt að fjarlægja og hugmyndir í guestion gert meðvitað gerir þessi kenning irrefutable . (1923 , bls. 14)

Ég gæti guote mörgum köflum þar sem sama almenna tegund af röksemdafærslu er gert :
Freud CITES sem kproofi eða eins kconfirmationi a setja af aðstæðum sem er til þess fallið að
auka líkur á því að yfirlýsing er satt, en ekki nagli það niður í
strangt hátt . Fullkominn leiðir sönnun , fyrir Freud , var einföld ostensive eitt :
Okkur er sagt að bærinn Constance liggur á Bodensee . Nemandi lag bætir við: kif þú trúir því ekki , fara og sjá " ég gerst að hafa verið þarna og geta staðfest þá staðreynd r (1927 , bls 25). .
Í mörgum stöðum , Freud beitt þessari grundvallarreglu próf veruleika að psychoanalysise ef þú trúir ekki , fara og sjá fyrir sjálfan þig ; og fyrr en þú hefur verið analyled og helst einnig hafa verið þjálfaðir til að framkvæma psychoanalyses annarra sjálfur , hefur þú ekki grundvöll til að vera efins .
Freud ekki séð að promulgator af fullyrðingu tekur á sig Sönnunarbyrðin varðandi það. Það er vafasamt að hann hafi heyrt af núlltilgátunni ; hlýtur hann hafði enga hugmynd um háþróaðri aðferðafræði sem þetta undarlega hugtak connotes . Á nokkrum stöðum, hann , eins og það var, guite sakleysislega ljós meðvitund hans að fyrir reynslunni tillögur til að taka alvarlega , þeir ættu að vera í grundvallaratriðum hrekjanlegir . Til dæmis , eftir að fullyrða að ka ósk sem er birt í draumi verður að vera barnsaldri einn , ég (. 1.900 , p 553 , áhersla er Freuds) , athugasemdir hann :
Ég er meðvitaður um að þetta fullyrðingu er ekki hægt að sanna að halda almennt ; en það er hægt að sanna að halda freguently , jafnvel í unsuspected tilvikum, og það er ekki hægt að mótsögn sem almena uppástunga. (1900 , bls. 554)
Að minnsta kosti , í þessu versi sem hann sýndi realilation að alhliða uppástunga ekki hægt að sanna ; enn síðar var hann að vísa til annars sliks

regla mælt er fyrir um í túlkun of Dreams . . . pasq síðan staðfest ofar öllu vafi , að orð og erindi í draumnum - efni eru ekki ferskur myndast . . . (1917 , p . 22F)
True , sérhver ferskur dæmi um krafist alhliða uppástunga er að styrkja trúverðugleika sinn og líkurnar á því að það er áreiðanleg . Ef við hafa í huga að ekkert meira er ætlað í psychoanalytic skriflega kröfur um sönnun , eigum við að vera á tiltölulega öruggum vettvangi .
Freud gerði yfirleitt ekki skrifa eins og ef hann væri kunnugt um greinarmun á að mynda tilgátur og prófa þær . Samt var hann meðvitaður um það, og á stundum var lítil nóg um exploratory eðli vinnu hans :
Þannig þetta sjónarmið hefur verið komið á með ályktun ; og ef frá ályktun af þessu tagi einn er leitt , að ég þekki svæðinu, en þvert á móti , að sá sem er framandi og nýtt til hugsun manns , kallar einn þá ályktun að khypothesisi og réttilega neitar að líta á
Tengsl á tilgátu að efni sem það var lesa út eins og a kproofi af því. það getur aðeins talist kprovedi ef það er náð með aðra leið eins og heilbrigður pN.B. : Cross -
validationuq og ef hægt er að sýna vera nodal benda á enn öðrum tengingum .
(1905a , bls. 177f .)
Ég hef skoðað aðferðir Freuds um arraying gögn hans og rökhugsun um þá í tilraun til að sanna stigum sínum á tvo vegu : með því að gera almennan safn þegar ég rakst tilvikum þar sem hann dró ályktanir skýrt , og með nákvæmu athugun á öllum röksemdum, fyrir hugtakið Psychic meðvitundarlaus í tveimur af helstu fyrirlestrum sínum , kA athugið á meðvitundarlaus í Psychoanalysisi (1912b) og kThe Unconsciousi (1915c) . Það væri leiðinlegur og tími - tímafrekt að skrá greiningar mínar ham hans rifrildi ; Ég skal bara gefa niðurstöðu mína .

Það er , quite einfaldlega , að Freud sjaldan reynst neitt í ströngum skilningi þess orðs .

Hann beygði sjaldan tilgátur til hvers konar kross - validational athuga að hann barist í síðustu yfirferð guoted . Hann er oft sannfærandi , nánast aldrei coercively svo . Hann var quite tilbúinn að nota tæki sem hann talaði um slightingly í skörpum critigues hans rökstuðningur notaður við andstæðinga sína : opinber dictum , betl guestion , rök á hliðstæðan hátt , og námskeið til umfjöllunar um kmatters sem eru svo fjarri vandamálum athugun okkar , og sem við höfum svo lítið cognilance , að það er eins aðgerðalaus að deila. . . sem til að affirmi þá (1914 , bls. 79).
Reyndar , hvað Freud gerir er að nýta allar auðlindir mælskulist . Hann rass upp almenna yfirlýsingu með að segja dæmi þar sem það er greinilega aðgerð ; hann býr trúverðugum fjötra orsaka og afleiðinga (eftir meginreglunni um post hoc Ergo propter hoc) , segir hann a fortiori ; og hann notar enthymemes að draga rökstudda ályktanir . An enthymeme samsvarar í orðræðu við syllogism í logic.6 Í henni, einn forsenda er oft

en ekki endilega bæla, og , ólíkt syllogism , er það aðferð við að koma líklega frekar en nákvæm eða sannleikur .

Ennfremur leitar hann að vinna samning okkar með disarming directness persónulega heimilisfang ,
og með því að stepping inn í hlutverk andstæðingnum að hækka erfiða rök gegn sjálfum sér ,
eftir sem stigum sínum í afsönnun virðist allt meira að segja. Skrifum sínum er skær með
samlíking og persónugervingar , með blikkar á vitsmuni, skáldlegt flug í lengri svipað eða líkingum , og mörg önnur slik tæki til að koma í veg fyrir stöðugt abstrakt stigi umræðu .
Þegar lína af rökum í mörgum enthymemes hans í kThe Unconsciousi er

6 Fyrir dæmi , sjá leið quoted frá Freud (1901 , á 45 yfir á bls. , Og næsta leið quoted , á bls. 46) . hér að framan.

vandlega explicated , er það furðu veikt og felur nokkrum non sequiturs . Í tilraunum sínum til að hrekja aðra , að hann gerði frequently notkun Retorísk tæki að gera rök sem annars virðast ósennilegur því að skírskota til implausibility þess að skynsemi og daglegu eftirliti .
Í fyrsta lagi , pRankq hann gerir ráð fyrir að barnið hafi fengið ákveðna sensory birtingar , einkum af sjónrænum tagi , á þeim tíma sem fæðing, endurnýjun sem getur muna að minni áverka fæðingu og þannig kalla fram viðbrögð kvíða . Þetta Gert er guite staðlaus og ákaflega ósennilegur . Það er ekki trúverðugt að barn ætti að halda eitthvað en áþreifanleg og almennun skynjun varða ferli fæðingu .
(1926a , bls. 135)

NOTKUN líkingum
Því ég hef sérstakan áhuga á líkingum , sem greidd ég sérstaka athygli á því hvernig Freud notað þetta Retorísk tæki. Ritstjórar venjulega útgáfu hafa gert verkefni tiltölulega auðvelt með visítölu entries, fyrir hvern bindi , undir fyrirsögninni kAnalogies.i Samtíningur tveimur bindum meira eða minna af handahófi (Wii og wIV) , ég leit upp 31 hliðstæður svo verðtryggð og reynt að sjá á hvaða hátt Freud starfandi þá.
Eins og einn prófessor í orðræðu (Genung , 1900) hefur sagt , kThe gildi bæði fordæmi og
af hliðstæðan er eftir allt frekar lýsandi en argumentative ; þeir eru í raun hljóðfæri af greinargerð , starfandi að gera efni svo skýr . . . að menn geta séð sannleikann eða villa
af því í themselves.i Fyrir the hluti , í þessum tveimur bindum Freud notað svipað eins kinstruments af greinargerð , ég innifalinn eftir rifrildi hefði verið alveg fram í þess eigin forsendum , til að bæta lífleg, visualilable concreteness ; sumir þeirra eru litlar brandara , bæta
snerta af grínisti léttir að létta byrði lesandans . Á stundum , þó hliðstæðan færist

í almennum rök og þjónar fleiri bein Retorísk tilgangi ; þetta er

satt , furðu nóg , góður samningur oftar í Vol . wIV , sem inniheldur austere
metapsychological pappírar, en í II. Wii, mestu varið til að ræða Schreber og þess
greinar um technigue . Það kemur í ljós, þó að argumentative notkun hliðstæðan stað
mestu í polemical köflum þar Freud er að reyna að hrekja skólastjóra
rök sem Jung og Adler rofin tengsl sín til klassíska sálgreining ; að mestu leyti,
það tekur mynd af athlægi , form af discrediting mótherja með því að gera rök hans
birtast ludicrous frekar en fund það á eigin forsendum hennar . Það er ekki erfitt að skilja
hversu reiður Freud hlýtur að hafa liðið á apostasies í hraðri röð af tveimur af mestu
hans
hæfileikaríkur og efnilegur hljómgrunn , svo að sterk áhrif hafði venjulega áhrifum á
niðurlægjandi
stigi rök .
Freud notað svipað í tveimur öðrum tegundum leiðir í metapsychological pappíra ,
þó . Í nokkrum tilvikum , að hliðstæðan virðist hafa leikið hlutverk fyrirmynd. Það er,
þegar hann skrifaði að kThe flókið melancholia hegðar sér eins opið sár , teikna á
sjálft . . hanticathexes ' . . . úr öllum áttum , og tæma sjálf fyrr en það er algerlega
fátækari " (1917 , bls . 253) , þá lifnaði hann mynd sem hann hafði notað í Óútgefið
drög , skrifað og sent til Fliess 20 árum fyrr (1ff7 - 1902 , bls 107f . .) ; auk þess var
hann að
nota það aftur fimm árum síðar í kenningu um áverka taugaveiklun (1920 , bls . 30) .
Athyglisvert
nóg í ekkert af þessum útgáfum gerði Freud segja skýrt hvað það er um sár sem
gerir það gagnlegt hliðstæða . Vitanlega , þó hafði hann í huga á þann hátt sem
hvítkorna
safna í kringum jaðri líkamlega meinsemd , læknis kerfi af vörn sem getur
vel verið helsta forfaðir hugtak sálrænum varnir . Víst það myndast
mikilvægur mynstur hugsun Freud er , einn sem beint áhrif á hvers konar
sálfræðileg býr hann skírskotað og sumt af því sem hann gerði með þeim .

Hin notkun í lengri mynd af ræðu ekki ráða líkingar í ströngum
vit og svo er ekki verðtryggð . (Reyndar er mikill meirihluti svipað Freud eru ekki
verðtryggð ;
aðeins langvinn þau sem líkjast Epic líkingamáli. En textinn er svo þétt við tropes af
ein tegund eða annað sem heill vísitölu væri impractically gríðarlegur .) Ég er
vísa til dæmi um einkennandi Freuds tæki, the kscientific goðsögn , ég eins og hann
kallað besta - þekkt dæmi , The Legend of the primal hjörð . Nálægt upphafi
kInstincts og þeirra Vicissitudesi (1915a) , eftir að hafa drifið hugtak quite
abstractly frá sjónarhóli lífeðlisfræði , og í tengslum við hugmyndina um kstimulus , segir
ég hann allt í einu:
Leyfðu okkur að ímynda okkur í aðstæður nánast alveg hjálparvana lifandi lífvera ,

enn unorientated í heiminum , sem er að fá áreiti tauga efni hennar, (P.
119)
Hvað handtekur imageu Og athugið að þetta er ekki bara hefðbundin mynd af ræðu ,
þar sem maður er borin saman lið með því að benda á ímyndaðri frumstæðu lífveru .
staðinn ,
hér að við erum fá boð til að bera kennsl. Freud hvetur okkur til anthropomorphile ,
að mynd hvernig það væri ef við , eins og fullorðnum og hugsa fólk, voru í hjálparvana
og
verða stöðu hann fer á að skissa svo myndrænt. Það virðist eðlilegt , því þegar hann
auðveldlega eiginleiki til litla animalcule ekki aðeins meðvitund en sjálf - awarenessean
eigindi við realile , á edrú íhugun, að vera uniguely manna og frekar háþróuð
afrek. Inngangssetningar hans , þó , býður okkur á einu sinni til að fresta vantrú og
vikið frá venjulegum reglum vísinda hugsun . Það er eins og barns klet er þykjast " ; það
leiðir okkur að
búast við því að þetta er ekki svo mikið leið þrýsta rök hans fram sem tímabundin
lýsandi digression ; eins og venjulega svipað hans , Myndræn frí frá harður fræðileg

hugsa . Við uppgötva fljótlega að hann notar þessa frestun á reglum sem leið til að leyfa
sér að frelsi og flæði af rökum sem ella hefðu ekki verið ásættanlegt . Og enn gengur
hann eftir það eins og ef lið hefði verið sannað í ströngum hætti .
Getnaðar alveg viðkvæm lífveru í sund í sjó á hættulegt
orku var annar endurtekin mynd sem virðist hafa gert djúpstæð áhrif á
Freud . Það gegnir enn mikilvægt hlutverk í þróun rifrildi hans í Handan
Pleasure Principle , þó það er kynnt í nokkuð soberer tísku (kLet okkur mynd a
lifandi lífvera á mest einfalda mögulega formi sem ósérhæfðu vesicle af a
Efni sem er næm fyrir stimulationi ; 1920 , bls. 26). Enn hann er ekki beinlínis fram
það sem tilgátu um eðli fyrsta lifandi lífvera ; í raun , aldrei verður það
guite ljóst bara hvers konar tilvistarkrísu stöðu þessa kvesiclei hefur . Freud ágóði með
nokkrum
útúrdúra til að ætla að lífveran yrði drepinn af kmost öflugur energiesi
í kringum það ef það haldist óvarin, og að elda í ytri lag myndað
skorpu sem vernda það lá undir. Skyndilega , Freud tekur mikinn stökk frá þessu
upprunalega, hluta skemmd lifandi frumu : KIN mjög þróað lífverur móttækileg cortical
lag af fyrrum örblöðrunni hefur lengi verið afturkallað í djúpum innaní
líkami , þótt hluti af þeim hafa verið skilið eftir á yfirborðinu strax neðan við
Almennt skjöldur gegn stimulii (bls. 27f .) . Óbeint , hefur hann gert ráð fyrir að hann
unicellular
Adam hefur verið frjósöm og hefur byggð jörðina , alltaf farið eftir upprunalegu scabs
þess
af arfleifð acguired stafi.
Bara þegar þú heldur að Freud er að kynna a mjög fanciful, Lamarckian kenningu um
uppruna í húð, skiptir hann samlíking . Fyrst þó , hypothesiles hann að kThe

sérstakur unpleasure af verki er líklega afleiðing af hlífðar skjöldur með
verið brotinn í gegnum . . . Cathectic orka er stefnt frá öllum hliðum til að veita
nægilega há cathexes orku í grenni Ã ¡ brot . An hanticathexis 'á
Grand mælikvarða er sett upp , fyrir hverra gagnist öllum öðrum psychical kerfi eru
impoverishedi
(bls. 30). Ásamt um hér , skarpur - eyed lesandi mun gera tvöfalda taka: það hljómaði
eins og ef
Freud var að tala um líkamlega sár í húð, en það fær stefnt til þess
framlegð er ekki í hvítum blóðkornum en guanta sálrænum energyu Svo á næstu síðu ,
við lærum að kpreparedness fyrir kvíða og hypercathexis af móttækileg kerfi
mynda síðasta lína af vörn skjöld gegn áreiti I (bls. 31). Þessi skjöldur , sem
virtist svo steypu og líkamlega , reynist vera myndlíking vafinn í goðsögn .
Það er satt að þetta allt Fjórða kafli var kynnt með eftirfarandi afvopnandi einlægur
málsgrein :
Hvað segir er tilgáta , oft langt - sóttur vangaveltur , sem lesandinn mun
íhuga eða hafna í samræmi við einstaklingsbundnar predilection hans . Það er frekar að
reyna að
fylgja út hugmynd stöðugt , af forvitni til að sjá hvar það mun leiða . (1920 , 24 bls.)
Í ljósi síðari þróun kenninga Freuds sem eins og við höfum séð hann kom að halla á
þessu forvitinn vefjum vangaveltum eins og ef það væri fast stuðning efni, það virðist
sem þessi hóflega fyrirvari er annar klet er þykjast , " svo að Freud , eins og Brittania ,
getur fallið frá reglunum .

Orðagjálfur Freuds
Kjarni málsins könnun á leiðum Freud notuð í leit hans eftir sannleikanum er sú að hann
treysti að miklu leyti á öllum klassísku tæki orðræðunnar . The áhrif er ekki að sýna fram
á , í hverri sem er
strangt skynsemi, en að sannfæra, nota að einhverju leyti tæki sem um essayist en
jafnvel

meira og hjá Orators eða talsmaður , sem skrifar stutta hans og þá segir í málið með
öllum eloguence á ráðstöfun hans . Takið eftir að ég hef byggt þessa niðurstöðu fyrst og
fremst á könnun á mest tæknilega , fræðilega pappíra Freuds og bækur . Í slíkum
masterly virkar fyrir hinn almenna lesanda og ýmsir röð hans inngangs fyrirlestra (1916-
1917 ; 1933) eða spurningin um Lay Greining (1926b) , er Retorísk mynd er jafnvel
enn skýr ; síðasta heitir vinna er í raun kastað í formi lengri umræðu , harking beint aftur
til klassíska gríska texta sem Freud var svo hrifinn .
Það er tilhneiging í dag til að taka krhetorici sem örlítið pejorative tíma . Nema í hugum
Platonists , hafði það engin slík connotation í fornöld. Sem Kennedy (1963) bendir á ,
Einn af helstu hagsmunum Grikkja var orðræðu. . . . Uppruna og ætlun orðræðu hennar
var eðlilegt og gott : það framleitt skýrleika, þróttur og fegurð , og jókst hún rökrétt frá
skilyrðum og gualities af klassískum huga . Gríska samfélag treysta á tjáningu inntöku . . . .
Pólitísk æsingur var yfirleitt náð eða ósigur við orð af munni . Dómskerfið var álíka

inntöku . . . Allt bókmenntir var skrifað að heyrast , og jafnvel þegar þú lest til sjálfur grískur lesa upphátt (bls. 3f .)
Orðræðu , sem kenningar um sannfærandi samskipti, var endilega heilmikið meira en það ; það var eina mynd af gagnrýni í grísku hugsun . Í einni af skilgreiningum Aristótelesar , orðræðu er Ka ferli gagnrýni þar liggur leiðin að meginreglum allra inguiriesi (Topics I ; guoted í McBurney , 1936 , bls 54). .
Þar vísindi var ekki jafn hratt mismunandi frá öðrum aðferðum við að leita sannleikans þá eins og það varð síðar , mælskulist var næst hlutur til vísindalegri aðferðafræði sem Grikkir höfðu . Í kynningu Artistotle er, það voru tvær tegundir af sannleika :
Nákvæmlega eða ákveðnir og
líklegt. Fyrrum var áhyggjuefni vísinda , sem starfrækt með syllogistic

rökfræði eða heill upptalning . Allar aðrar tegundir af eingöngu Probabilistic þekkingu voru Realms aðsendum inguiry , sem rekið með díalektik og mælskulist . En eini aga sem viðmiðun Aristótelesar um kungualified vísinda knowledgei gildir er stærðfræði (í dag túlkað að fela táknræn rökfræði) ; aðeins á þann einungis formlegs vísindi geta strangur Afleiðsla aðferð að nota og vissu náð .
Ég fer inn í þessa miklu smáatriðum um gríska orðræðu vegna þess að það bendir mér á hugsanlega
fræðandi tilgátu . Um er allt sem ég get gert til að gera það plausible að benda á að Freud gerði
veit gríska vel og lesa sígild í frumriti; og meðal fimm námskeið eða
námskeið sem hann tók með Brentano var einn á rökum og að minnsta kosti einn á
kThe heimspeki
Aristotlei (Bernfeld , 1951) . Ef Freud fékk formlega þjálfun í aðferðafræði,
gagnrýninn heimspeki vísinda , var það með Aristotelian heimspekingur - sálfræðingur Brentano . Ég hef ekki fundið einhvers staðar í verkum Freuds allar tilvísanir til orðræðu Aristótelesar
eða bein sönnun þess að hann vissi það ; það besta sem ég get gert er að bjóða upp á þessar bita af
sannanir (eða , eins og Aristóteles hefði sett það , að gera rifrildi úr
merki). Það er þá hægt að Freud var á þennan hátt kynnt tækin orðræðu
og enthymemetic eða probabilistic reasoning sem lögmætra hljóðfæri inguiry inn
mál er tengjast reynslu . Höfnun hans íhugandi , deductively nákvæmlega kerfi - byggja
má
benda til þess að hann var að samþykkja Aristotelian tvískiptingu milli nákvæmlega (eða stærðfræði)
og líklegum sannleika og velja að vinna í alvöru og áætlaða heimi þar orðræðu
var viðeigandi leið til að nálgast eina er hlutfallslegt sannleikann .
Leiðin sem ég hef sett þetta sjónarhorn dofnar vísvitandi fínt en mikilvægt greinarmun milli tvenns konar probabilism : að orðagjálfur , þar sem tæknilegum aðferðum af

plausible rök eru notuð til að auka í huga hlustandi á hið huglæga
líkur á að ritgerð sem talar er satt ; og að nútíma efasemdir vísindi, sem
notar mest nákvæmar og ströngum aðferðum hægt að mæla líkur á thesise
þ.e. magn af trausti við getum haft að það er góð nálgun að veruleika
sem hægt er að nálgast aðeins aðfellu . Fyrir fyrrverandi, sönnun er stofnun
trú ; Fyrir seinni, sannprófun er höfnun á vafalaust rangar núlltilgátunni og
tímabundið samþykki val þá bestu í boði í augnablikinu . Ég er ekki
trúa því að Freud sá þennan greinarmun skýrt ; á allir hlutfall , gerði hann ekki skrifa
eins og ef hann hélt
í skilmálum þessum .
Víst var hann frábær rhetorician , hvort hann var með meðvitund eða ekki . Hann var
snillingur á öllum sínum fimm hlutum, sem við höfum rætt svo langt aðallega þætti fyrstu ,
uppfinningu , sem felur í ham sönnunar : beinar sannanir , rökstuðning frá
sönnunargögnum og óbeinum hætti af sannfæringarkrafti af gildi persónulegar far eða
viðveru (ethos) eða kthe tilfinningar hann er fær um að vekja með munnlegum kærur
hans, athafnir hans, ég o.fl. (sorgleg) (Kennedy , 1963 , bls . 10) . Ágæti Freuds á
ethos og sorgleg , og á síðustu tveimur af þeim hlutum , minni og afhendingu , er lýst af
Jones :
Hann var heillandi fyrirlesari . Fyrirlestrar voru alltaf upplýstir af sérkennilegu
kaldhæðnislegu húmor hans . . . Hann notaði alltaf lágt rödd , kannski vegna þess að
það gæti orðið frekar sterk ef þvingaður, en talaði með afar aðgreinanleika . Hann
notaði aldrei nein verkefni og sjaldan gert mikið undirbúning fyrir fyrirlestri . . .
The Amy biographer fer á að staðhæfa að Khe aldrei notað sannfærandi , ég en hann
virðist
að nota hugtakið í nútíma skilningi sem samheiti stóryrðum , sem var örugglega ekki
hvað fornu Grikkir þýddi . Hvaða lýsing miðlar Jones er mjög árangursrík konar

persónulega viðveru . Freud
talaði náinn og conversationally . . . Eitt fannst hann takast sig til okkar persónulega . . .
Það var engin flökt á lítillæti í honum , ekki einu sinni vott af kennara . Áhorfendur var
gert ráð fyrir að vera mjög greindur fólk sem hann vildi að miðla nokkrum af nýlegum
reynslu hans . . . (Jones, 1953 , bls. 341f .)
Með tilliti til þeirra tveggja hluta í Aristotelian fimm - hluti skiptingu orðræðu, fyrirkomulag
og stíl , mikið gæti skrifað, en það myndi trench á bókmenntafræðum . Grikkir analyed
stíl evaluatively í skilmálar af fjórum dyggða réttar, skýrleika , skraut og hóglæti ; Ég
mun bara taka far mitt að Freud vildi vinna sér upp einkunna á öllum þessum máli .
Freud prided sig á að hafa haldið fálátur frá brawling deilur um polemics . Aðeins einu
sinni , segir hann með einhverjum stolti í ævisögu sinni (1925) , gerði hann svara beint
gagnrýnandi , í 1f94 . Samt er það augljóst að hann skrifaði í polemical skapi mikið af
the hvíla af lífi sínu , alltaf með meðvitund sem lesandinn gæti verið fjandsamleg. Hann
var skýr um það í mörgum bréfum til fylgjenda hans . Til dæmis , að Jung árið 1909 :

Við getum ekki forðast mótspyrna , svo hvers vegna ekki frekar áskorun þá á onces Í árás að mínu mati er besta vörnin . Kannski þú vanmeta styrk þessara mótspyrna þegar þú vonast til að vinna gegn þeim með litlum sérleyfi . (tuoted í Jones, 1955 , bls . 436)

Og að Pfister tveimur árum síðar :
Það er varla hægt að hafa opinbera umræðu um sálgreining ; maður hefur ekki sameiginlegan grundvöll og það er ekkert að gera gegn liggja í leyni tilfinningum . Hreyfingin er umhugað um djúpin og umræður um það verður að vera eins misheppnaður sem Guðfræðistofnunar sundrung á þeim tíma siðaskipta . (Jones, 1955 , bls. 450f .)

Feeling þetta eindregið , Freud hefði ekki getað gert annað en að nálgast það verkefni að greinargerð sem einn af röksemdafærslu . The amaling hlutur er þessi the þjálfaður munnleg swordsman láta vísindamaður í Freud hafa gólfið eins mikið og hann did.7

SAMANTEKT
Og nú langar mig að fara aftur til vitræna stíl í nútíma tæknilegum skilningi þess. eins Klein
notar það, vitsmunalegum stíl characteriles mann og unigue leið sína vinnslu upplýsingar . Það eru auðvitað líkindi meðal fólks í þessu tilliti , og mál inn sem vitsmunalegum stíll má analyled eru kallaðir vitsmunalegum stjórn grunnreglur. (The næstum endanlega yfirlýsingu um meginreglur uppgötvaði Klein og samstarfsmenn hans er að finna í gæðalýsingu með Gardner , Hollman , Klein , Linton , m
Spence , 1959 .)
Við höfum séð að Freud hafði, að óvenjulega leyti umburðarlyndi fyrir tvíræðni og ósamræmi . Hann þurfti það. Eins og ég hélt því fram í fyrri köflum , ofan, hugsun hans alltaf tók
setja í samhengi við langvarandi átökum . Í fyrsta af þessum , blíður - hugarfar , íhugandi ,
breiður - allt og fantasylike hugsa leiðir af Naturphilosophie var smáupphæð gegn að aga physicalistic lífeðlisfræði revered kennurum sínum . Seinni átök þátt setur staðhæfinga um veruleikann og manna og, almennt, tveir andstæðar heiminum skoðanir , fyrir húmaníska og a mechanistic mynd af maneone listræn, bókmennta,
og heimspekilegum , hitt byggð í reductionistic hugsjón vísinda og loforð hans um framfarir í gegnum hlutlægni og dauðastirðnun . Þar að auki, Freuds metapsychological líkan átökum

7 Eins og stutt vistfræðilegar hliðar , ég vildi eins og til kynna að Freud hefði verið minna af bardagamaður í hans
skriflega ef hann hafði unnið úr hlífðar öryggi fræðilegum stöðu . Dýrmætur Professorship hans gerði

ekki bera umráðaréttur né laun ; Freud starfrækt alltaf frá áhrifum og einmana stöðu einkaaðila
æfa .

á mörgum mikilvæg atriði við veruleikann ; svo frekari átök áttu sér stað á milli eitt sett af Freud er grundvallarhugmyndum orienting og vaxandi þekking hans á staðreyndum um hegðun .
Vegna allra þessara átaka , ég tel að hann þurfti að starfa í Einkennandi laus hans - jointed hátt . Ef hann hefði haft sjúkleg skýrleika og samræmi, hefði hann líklega hafa þurft að gera ákvarðanir og leysa andlega átök hans . Ef hann hefði fylgt veg harður - nosed vísindi , hefði hann verið fangi á þeim aðferðum og forsendum sem hann lærði í læknisfræði skólanum hans og laboratorieseanother hennar , meira hæfileikaríkur Exner , sem gæti hafa skrifað röð af framúrskarandi taugakerfi bókum eins og einn um málstol , en hver myndi sennilega hafa líkja varkár samtímamanna hans í stýra fram hysterical sjúklingum. Og ef hann hefði snúið baki við átak á vísindagrein og hafði opnað flóðgáttir til íhugandi hugviti hans, yrðum hafa haft vatnselgur af eðli - heimspekilegar ritgerðir en ekkert eins sálgreining ; eða ef mannleg í honum hafði afgerandi vann yfir mechanist , gæti hann hafa skrifað ljómandi skáldsögur en myndi aldrei hafa gert mikla uppgötvanir hans .
En vegna þess að Freud var fær til halda annan fótinn í myndlist og einn í vísindum , því að hann gæti
þægilega halda öryggi fyrirmynd arf frá virt yfirvöldum án þess
öllu leyti geigvænlega honum til hliðar veruleikans sem það hafði ekki stað , var hann fær um að vera
ótrúlega skapandi. Afkastamikill frumleika í vísindum felst díalektík frelsi
og stjórn, sveigjanleika og dauðastirðnun , vangaveltur og sjálf - mikilvægar stöðva . án sumir
slökun hlekkjum hefðbundnum , örugg, efri - ferli hugsun , það getur verið lítið frumleika ; Pegasus verður að hafa tækifæri til að taka væng . En frelsun ein og sér er ekki nóg . ef

sveigjanleiki er ekki í fylgd með aga , það verður fljótanleika , og þá höfum við framsýnn , a Phantast (sem Freud kallaði einu sinni sjálfan sig og Fliess) í stað vísindamaður . Það var bara þetta sem Freud óttaðist í sjálfum sér. Áræði en frjósöm hugmyndir verður raðað frá þeim bara áræði eða jákvætt harebrained sjálfur ; Innsýn verður vandlega merkt ; ný hugtök verða að vera unnið í uppbyggingu lögum þannig að þeir passi vel , standa með og lengja edifice . Allt þetta tekur viðhorf sem er andstæð við fyrr, meira stranglega skapandi einn. Það er að biðja mikið um mann , því að hann er Adept í báðum tegundum hugsun og fær að skipta á viðeigandi hátt úr hlutverki dreamer því sem gagnrýnandi . Kannski er það ein ástæða þess að við höfum svo fáum sannarlega mikill vísindamenn .
Þetta fyrsta meiriháttar einkenni vitræna stíl Freud er strikingly minnir á

meginregla um vitræna stjórnun sem kallast eftir Klein og félagi hans umburðarlyndi fyrir óstöðugleika eða
fyrir óraunhæft reynslu . einstaklingar khTolerant ' pas samanborið við óþol onesq virtist
í
egually adeguate snertingu við ytri veruleika , en voru miklu fleiri slaka á þeirra
Samþykki beggja hugmyndir og skynjun organilations sem reguired frávik frá
hefðbundnum " (Gardner et al. , 1959, bls . 93). Það er að slaka á og hugmyndaríkur konar huga ,
öfugt við því tagi sem kyrfilega fellir að bókstaflega túlka veruleika . Og Freud (1933)
var óvenju viljugur til að skemmta parapsychological tilgátur sem fara vel út
vísindalega hefðbundin hugtök á veruleikanum. Telepathy er guite bókstaflega kunrealistic
experience.í
Ef Freud væri umburðarlyndur af tvíræðni , ósamræmi , óstöðugleika og óraunhæft
reynslu , þar var einn svipaðan - hljómandi ástand sem hann gat ekki þolað :
merkingarleysi , þeirri forsendu að ferlið var Stochastic eða sem fyrirbæri

kom því af handahófi villa. Eflaust er þetta viðhorf leiddi hann stundum í
overinterpreting gögn og lesa meaningeespecially dynamic eða hvatningar
meaningeinto hegðun unwarrantedly . En það hvatinn einnig undirstöðu uppgötvanir
sínar, svo sem
þessi af aðal ferli og interpretability drauma , taugaveiklaðir og geðveiki
einkenni .
Látum okkur sjá hvort hinar fimm víddir lýst af Gardner , Hollman ,
Klein, Linton , og Spence mynda ekki gagnlegar ramma fyrir summariling hætti Freuds
hugsa . Það virðist vissulega líklegt að Freud var mjög sviði - sjálfstætt. innri ---
beint hann var örugglega , og Graham (1955) hefur sýnt empirical tengsl milli
Riesman er (1950) og Witkin 'S (1949) hugtök . Hér er Gardner et al. lýsing á
góður af manneskja sem er sviði - independentenot verulega háð sjónsviði
fyrir stefnumörkun í upprétta : hann er characteriled með k (a) virkni í að takast á við
umhverfi ; (b). . . hinner lif ' og raunveruleg yfirráð yfir hvötum , með lágt kvíða ; og (c)
hár sjálf - álit, þ.mt traust á líkamanum og tiltölulega fullorðnum líkama - mynd . ég það
hljómar heilmikið eins og Freud , nema hugsanlega fyrir ambivalent hans og frekar
hypochondriacal viðhorf til bodyekpoor hans Konrad , ég eins og hann kallaði wryly það.
Linton
(1955) hefur sýnt frekar þann reit - óháð fólk er lítið næm fyrir hóp
áhrif , hlýtur að segja af Freud .
Í val hans fyrir fáeinum mjög meginatriðum skilgreint hvatningar
hugtök , Freud virðist hafa haft breiðan jafngildi sviði . Og á vídd Klein á
sveigjanleg móti þrengdu stjórn , Freud hefði Sannlega hafa skorað vel yfir á
sveigjanleg enda . Var hann ekki krelatively þægilegur í aðstæður sem koma misvisandi eða

uppáþrengjandi Cues. . . . ekki overimpressed með markaðsráðandi hvati organilation ef. . . .
Annar hluti af sviði pwasq fleiri appropriateis Og hlýtur hann kdid ekki tilhneigingu til að
bæla tilfinningar og annarra innri cues.i Þetta er lýsing á sveigjanlegan - (. . Gardner o.fl. ,
1959 , bls 53f .) stjórnað efni .
Hinir tveir mál vitræna stjórn virðist minna viðeigandi. Skönnun (eins og gegn
áherslu) sem leið til að nota athygli kann að virðast benda til leið Freud sótti til hans
sjúklinga, en það er gualitatively öðruvísi. Skönnun er fylgt eftir getu til að
einbeita hvað er mikilvægt, en á kostnað einangrun áhrif og
overintellectualilation ; það er ekki svo mikið með óvirkum slaka mæta sem restlessly
reiki
leita að allt sem gæti verið gagnlegt . Og svo langt og ég get ákveðið , Freud var ekki
annaðhvort láréttur flötur eða sharpener ; hann hvorki sem eiga óljós greinarmunur og
oversimplified
né var hann sérstaklega vakandi fyrir fínu mismun og alltaf á the útlit fyrir smá
breytingar
aðstæður .
Það er óhætt að álykta , að ég held , að sumir af þessum meginreglum vitræna stjórn
virðast
guite líklegur og gagnlegar , þó heilmikið af bragðið af unigueness Freud er eins og
hugsuður er
glatað þegar við beita þeim til hans . Í samlagning, a par af öðrum þáttum vitræna stíl
hefur verið upp characteriling Freud . Kaplan (1964) byrjar almenna umfjöllun um
andlega stíl hegðunar vísindamenn þannig : k . . . hugsun og tjáningu hennar eru
vafalaust
ekki að öllu leyti óskyld hvert öðru og hvernig vísindalegum niðurstöðum eru mótuð fyrir
Innlimun í meginmál þekkingu endurspeglar oft stylistic eiginleiki af hugsun
bak themn (bls. 259) . Hann fer á að lýsa sex helstu stíl og nefnir Freud í
tengingu með fyrstu tvær þeirra bókmennta og fræðileg stíl . Bókleg

stíll er oft umhugað um einstaklinga , túlka klargely í skilmálar af sérstakur
tilgangi og sjónarmið leikara , fremur en í skilmálum ágripinu og almennt
Flokkar eigin skýringar kerfi vísindamaður er . . . Rannsóknir Freuds Móse og
Leonardo . . . sýna eitthvað af þessum stíl . " The fræðilegum stíl , hins vegar er kmuch
meira abstrakt og almenn . . . Það er einhver að reyna að vera nákvæmur , en það er
munnleg frekar
en starfræktar . Venjulegt orð eru notuð í sérstökum skilningarvit, til að mynda tæknilega
orðaforða . . . . pTreatment af dataq tilhneigingu til að vera mjög fræðilegt , ef ekki ,
örugglega, eingöngu
íhugandi. Kerfið er kynnt með því að mikill hprinciples , ' beitt aftur og aftur til
sérstökum tilvikum, sem varpa ljósi á generalilation frekar en þjóna sem sannanir fyrir
því . " Kaplan
vísar kessays í psychoanalytic kenningu " almennt sem dæmi , en ég treysta og kemur f
ljós

hversu vel þessar lýsingar characterile og summarile mikið af því sem ég hefi leitt út um Freud .

A Decalogue fyrir lesandann af Freud

Til að gera, láta mig koma aftur til upprunalegu yfirlýsingu mína að betri skilning á Freud er vitsmunalegum bakgrunn og vitræna stíl myndi hjálpa nútíma lesandanum að lesa hann með innsýn frekar en rugl , og reyna að gefa það efni í formi tíu admonitions . Eins og annað boðorðunum , þeir geta dregið úr einum gullna reglu : vera empathic
frekar en projectiveelearn það eru eigin hugtök mannsins og taka hann á þá.
1. Varist að lyfta yfirlýsingar úr samhengi . Þetta starf er sérstaklega freistandi að kennslubók rithöfundar , polemical gagnrýnendur og rannsóknir - klínískar sálfræðingar hugarfar sem eru
meira fús til að fá rétt til að prófa staðhæfinga en að taka að sér hægfara rannsókn á stór leikrit kenningu . Það er ekki komið í staðinn fyrir að lesa nóg af Freud að fá fullt hans
merkingu , sem er nánast aldrei fyllilega tjáð í einni málsgrein um sama hvernig sérstakur liður .
2. . Ekki taka sérstakt lyfjaform Freuds bókstaflega . Meðhöndla þá sem leið sinni að hringja
athygli þína á punkti . Þegar hann segir knever , kinvariably , kconclusively , , ég ég og þess háttar
lesa á fyrir the gualifying og mýkjandi yfirlýsingum . Muna breytingu sem orðið hefur setja í almenna andrúmsloft þar Freud skrifaði helstu verk hans ; félagslega viðurkenningu og
Respectability hafa skipt áfall og óvild, sem gerði Freud telur að hann var lítill og einmana rödd í köldu eyðimörkinni , svo að hann varð að hrópa til þess að heyrast á öllum.

. 3. Horfðu út fyrir ósamræmi ; ekki þú heldur ferð yfir þeim eða seile á þá með

illgjarn Glee , en taka þeim eins og ófullnægjandi díalektík lyfjaform bíða myndun sem vitsmunalegum stíl Freuds gerði hann draga stöðugt aftur úr .

4. . Vera á vakt myndmál , persónugervingar einkum (reified

samsetningar af hugmyndum sem homunculi) . Mundu að það er þarna fyrst og fremst til lit , jafnvel þó það gerði stundum leiða Freud afvega sjálfan sig, og að það er fegurst honum að treysta fyrst og fremst á þá yfirlýsingar hans málefni sem eru amk ljóðræn og dramatísk .

. 5. Ekki búast strangt skilgreiningar ; leita frekar fyrir merkingu á skilmálum sínum í leiðir sem þeir eru notaðar yfir tíma. Og verið ekki hugfallast ef þú finnur orðið að notuð á einum stað í venjulegum , þess bókmennta merkingu , á öðrum í sérstökum tæknilegum skilningi
sem breytist með þroska stöðu kenningarinnar . Fyrirtæki eins og
Orðabók sálgreining , sett saman af a par af iðjumaður en afvegaleiddur sérfræðingar sem lyfti skilgreiningu - eins setningar frá mörgum af verkum Freuds er alveg skakkur í getnaði og bendir alls misskilningur stíl Freud er að hugsa og vinna .
6. . Vertu benignly efins um fullyrðingar Freuds um sönnun þess að eitthvað hafi verið komið yfir vafa . Muna að hann hefði mismunandi reglur um sönnun en við gerum í dag , að hann hafnaði tilraun hluta úr líka - þröngt hugmynd um það og að hluta vegna þess að hann hafði fundið það stylistically ósamrýmanleg löngu áður jafnvel fyrstu verkum RA Fisher, og höfðu tilhneigingu til að rugla a endurtaka athugun með staðfestu kenningu um fyrirbæri í question .
7 . Mundu að Freud var overfond af dichotomies , jafnvel þegar gögnin hans voru betri conceptualiled sem samfelldar breytur ; almennt, gera ráð ekki að kenningin er ógilt af þess greindar mikið af tíma í Aðferðafræðilega indefensible formi .

f. Vera á varðbergi gagnvart persuasiveness Freud er . Hafðu í huga að hann var öflugur rhetorician á svæðum þar sem vísindaleg fótfesta hans var óvíst . Þótt hann væri oft rétt , það var ekki alltaf fyrir þeim ástæðum sem hann gaf, sem eru næstum aldrei sannarlega nóg til að sanna mál sitt , og ekki alltaf að því marki sem hann vonaði . Að lokum , vera sérstaklega varkár ekki að sökkva til annað hvort af tveimur erfiðustu og egually óviðunandi stöðum : það er,
9. . Ekki taka Freuds alla setninguna eins djúpri sannleika sem getur verið erfiðleikum en aðeins vegna eigin inadeguacies okkar , erfiðleikar gangandi okkar í að fylgjast með því
svífa hugur af snillingur sem ekki alltaf nennir að explicate skref sem voru augljós til hann , en sem við verðum að veita því laborious exegetical námsstyrk . Þetta er freisting fræðimannanna vinna innan frá psychoanalytic stofnanir, þá Earnest Freudians sem , að gremja Freuds hafði þegar byrjað að koma á meðan hann lifði . Fyrir flest okkar
í háskóla, samsvarandi freisting er hættulegri eitt :
10 . Ekki láta þig fá svo svikinn af fyrnist Freuds frá aðferðafræði hreinleika sem þú sleppa honum alveg. Næstum allir lesandi getur lært gríðarlega mikið frá Freud ef hann
mun hlusta vandlega og sympathetically og ekki taka yfirlýsingar hans of alvarlega .

tilvísanir

Amacher , P. 1965 . Freuds taugakerfi menntun og áhrif hennar á psychoanalytic kenning . Sálfræðileg málefni, 4 : gæðalýsingu nr 16 .

Andersson . O. 1962 Rannsóknir í prehistory á sálgreining : . Orsakir psyclioneuroses og sumir sem þemu í vísindalegum ritum Sigmund Freud er og bréf , 1886-1896 . Stokkhólmur: Svenska Bokforlaget Norstedts .

Bernfeld , S. 1944 . Elstu kenningar Freuds og skóli Helmholtl . psychoanalytic Ársfjórðungslega, 13 : 342 --- 362 .

xxxxx 1951 . Sigmund Freud . M.D. . 1ff2 --- 1ff5 . International Journal af sálgreining , 32: 204 --- 217 .

Leiðinlegur. EG 1954 . Endurskoðun kThe líf og störf Sigmund Freud.n Vol . I. af Ernest Jones .

Psychological Bulletin , 51: 433 --- 437 .

Breuer . J. . Og Freud . S. 1955 . Rannsóknir á móðursýki. Standard Edition , Vol . . 2. London : Hogarth .

Bry , Ilse . og Rifkin . . A H. 1962 Freud og hugmyndasaga : aðal heimildir . 1ff6 --- 1910 . Í Visinda-og sálgreining , Vol . V. , Ed. J.H. Masserman . New York : Grune m Stratton .

Chein . I. 1972 . Vísindi hegðun og mannsmynd . New York : Basic Books .

Cranefield . P.F. 1957 . Lífrænu eðlisfræði 1f47 og lífeðlisfræði í dag . Stjórnartíðindi History of Medicine, 12: 407-423 .

Culbertson , J.T. 1963 . Hugum vélmenni. Urbana : Háskólanum í Illinois Press.

Darwin . C. (1f59) Um uppruna tegundanna . Cambridge : Harvard University Press . 1964 .

Ellenberger . H. F. 1956 . Fechner og Freud . Bulletin af Menninger Clinic , 20 : 201-214 .

. xxxxx 1970 Uppgötvun meðvitundarlaus ; sögu og þróun dynamic geðlækningum . New York : Basic Books .

Freud . S. (1f95) verkefni fyrir vísinda sálfræði . Standard Edition , Vol . . 1. London :

Hogarth Press , 1966 .

xxxxx (1f96) Orsakir móðursýki. Standard Edition . Vol . . 3. London : Hogarth . . Xxxxx 1962 (1ff7 - 1902) uppruna sálgreining . New York : Basic Books . 1954 .

xxxxx (1900) túlkun drauma . Standard Edition , Vols . . 4 m 5 London : Hogarth . 1953 .

xxxxx (1901) The psychopathology af daglegu lífi. Standard Edition . Vol . . 6. London : Hogarth . I960 .

xxxxx (1905a) Brandarar og tengsl þeirra við meðvitundarlaus . Standard Edition , Vol . f. London : Hogarth , 1960 .

xxxxx (1905b) Þrjár ritgerðir um kenningar um kynhneigð . Standard Edition , Vol . . 7.
London :
Hogarth , 1953 .
xxxxx (1905c) Fragment um greiningu að ræða móðursýki. Standard Edition , Vol . . 7.
London :
Hogarth , 1953 .
xxxxx (1906) skoðanir mínar á Þáttur kynhneigð í orsökum á neuroses .
Standard Edition , Vol . . 7. London : Hogarth , 1953 .
xxxxx (1912a) Tilmæli til lækna starfandi sál - greiningu. Standard Edition ,
Vol . . 12. London : Hogarth , 195f .
xxxxx (1912b) A athugið á meðvitundarlaus í sál - greiningu . Standard Edition , Vol .
12 .
London : Hogarth , 195f .
xxxxx (1913) Totem og bannorð . Standard Edition , Vol . . 13 London : Hogarth , 1955 .
xxxxx (1914) Á narcissism : kynning . Standard Edition , Vol . 14 London : . Hogarth ,
1957 .
xxxxx (1915a) eðlishvöt og vicissitudes þeirra . Standard Edition , Vol . 14 London : .
Hogarth ,
1957 .
xxxxx (1915b) kúgun. Standard Edition , Vol . . 14 London : Hogarth . 1957 .
xxxxx (1915c) The meðvitundarlaus . Standard Edition , Vol . . 14 London : Hogarth ,
1957 .
xxxxx (1916-1917) Inngangs fyrirlestrar um sál - greiningu. Standard Edition , Vols . 15
m 16 .
London : Hogarth , 1963 .
xxxxx (1917) Mourning og melancholia . Standard Edition , Vol . . 14 London : Hogarth ,
1957 .

xxxxx (1920) Handan við ánægja lögmál. Standard Edition , Vol . 1F. London : Hogarth ,
1955 .
xxxxx (1921) Group sálfræði og greiningu á sjálf . Standard Edition , Vol . 1F.
London : Hogarth , 1955 .
xxxxx (1923) Ego og id . Standard Edition , Vol . . 19. London : Hogarth , 1961 .
xxxxx (1925) An sjálfsævisögulegt rannsókn . Standard Edition , Vol . . 20. London :
Hogarth , 1959 .
xxxxx (1926a) beislinu , einkenni og kvíða . Standard Edition , Vol . . 20. London :
Hogarth , 1959 .
xxxxx (1926b) The guestion lá greiningu . Standard Edition , Vol . 20 London : .
Hogarth ,
1959 .
xxxxx (1927) Framtíð tálsýn . Standard Edition , Vol . . 21 London : Hogarth , 1961 .

xxxxx (1930) Civililation og discontents hennar . Standard Edition , Vol . 21 London : . Hogarth ,
1961 .
xxxxx (1933) Ný inngangs fyrirlestrar um Psycho - greiningu. Standard Edition , Vol .
22 .
London : Hogarth , 1964 .
xxxxx (1934 - 3f) Móse og monotheism : þrjár ritgerðir . Standard Edition , Vol . . 23
London :
Hogarth , 1964 .
xxxxx (1940) yfirlit yfir sál - greiningu . Standard Edition , Vol . 23 London : . Hogarth ,
1964 .
xxxxx (1960) Bréf af Sigmund Freud . E. L. Freud . New York : Basic Books .
Galdston , I. 1956 . Freud og rómantísk lyf . Bulletin af sögu Medicine , 30: 4f9 -
507 .
Gardner , RW , Hollman , PS , Klein , GS , Linton , Harriet B. , og Spence , DP 1959 .
Hugræn stjórn , rannsókn einstakra fæðu í vitræna hegðun .
Sálfræðileg málefni , 1 , gæðalýsingu nr 4 .
Genung , JF 1900 . Vinnumál meginreglur mælskulist . Boston : Ginn .
Graham, Elaine . . 1.955 Inner - beint og önnur - beint viðhorf . óbirt doktorsprófs
ritgerð , Yale University
Holt , RR 1961 . Klínísku mati sem öguð inguiry . Stjórnartíðindi Nervous og andlega

Sjúkdómur, 133 : 369 --- 3f2 .
xxxxx 1962 . A gagnrýninn athugun á hugmyndinni Freud er bundins vs Free cathexis .
Stjórnartíðindi
American psychoanalytic Association , 10 : 475-525 .
. xxxxx 1963 Tveir áhrif á vísindalegum hugsun Freud er : brot af vitsmunalegum
ævisaga . Í rannsókn á lífi , ed. R. W. White . New York : Atherton Press .
. xxxxx 1964 myndmál : aftur á ostraciled . American sálfræðingur , 194 : 254 --- 264 .
xxxxx 1965a . A Rifja upp af sumir af líffræðilegum forsendum Freuds og áhrif þeirra á
hans
kenningar . Í sálgreining og núverandi líffræðilega hugsun , ritstj . N. Greenfield og W.
Lewis. Madison : University of Wisconsin Press.
xxxxx 1965b . Vitsmunalegum stíl Freuds . American Imago , 22 : 167 --- 179 .
xxxxx 1967 Handan vitalism og vélbúnaður: . hugtak Freuds um Psychic orku . í
Science
og sálgreining , Ed. J. H. Masserman . Vol . Wi , New York : Grune m Stratton .
xxxxx 196f . Freud , Sigmund . International Encyclopedia félagsvisindanna , Vol . 6. .
New
York : Macmillan , The Free Press .
xxxxx 1972a . Mechanistic og húmaníska myndir Freuds mannsins. Í sálgreining og

samtíma Science , Ed. R.R. Holt og E. Peterfreund . Vol . I. New York : Macmillan
xxxxx 1972b . Um eðli og almennt gildi myndsyning . Í aðgerðina og eðli
myndefni, Ed. P. W. Sheehan . New York : Academic Press .
Hunter , RA, og Macalpine , I. , eds. 1963 Þrjú hundruð ára sálfræði, 1535-1860 : a.
Saga fram í völdum enskum textum . London: Oxford University Press.
Jackson, SW 1969 . Saga hugmynda Freuds afturför . Journal of American
Psychoanalytic Association , 17 : 743 - 7f4 .
Jones , E. 1953 , 1955, 1957 . Líf og starf Sigmund Freud , Vols . I , II, m III . New York :
Basic Books .
Kaplan , A. 1964 . Hegðun þeirra fyrirspurn. San Francisco : Chandler .
Kennedy, G. 1963 . The list sannfæringarkrafti í Grikklandi . Princeton : Princeton
University Press .
Klein, GS 1951 . Persónuafsláttur heiminum í gegnum skynjun . Í skynjun : Nálgun við
persónuleika , Ed. R. R. Blake og G. V. Ramsey . New York : Ronald Press .
xxxxx 1970 . Skynjun , varasöm , og persónuleika . New York : Knopf .

Linton , Harriet B. Ósjálfstæði á utanaðkomandi áhrifum 1955 : . Tengir í skynjun ,
viðhorf og dómgreind . Stjórnartíðindi óeðlileg og Social Psychology , 51: 502-507 .
McBurney , JH 1936 . Staðurinn á enthymeme í Retorísk kenningu . Tal- rit ,
3 : 49 --- 74 .
Nunberg , H. (1931) The tilbúið fall af sjálf. Í reynd og kenningar um
psychoanalysis . New York : Nervous m geðsjúkdóma Publishing Co , 194f , bls i20 -
136 .
Rapaport , D. 1959 Uppbygging psychoanalytic kenningu .: R systematiling tilraun . í
Sálfræði : Rannsókn á vísindi , Vol . 3 , Ed. S. Koch . New York : McGraw --- Hill .
xxxxx og Gill , MM 1959 . komi sjónarmið og forsendum metapsychology .
International Journal Psycho - Greining , 40: 153-162 .
Riesman , D. 1950 . Einmana mannfjöldi . New Haven : Yale University Press .
Spehlmann , R. 1953 Sigmundur Freuds neurologische Schriften : . Eine Unter -
suchung zur
Vorgeschichte der Psychoanalyse . Berlin : Springer Verlag . (Enska samantekt af H.
Kleinschmidt í árlegri könnun á sálgreining , 1953 , 4: 693-706) .
Witkin , HA 1949 . Skynjun á líkamsstöðu og stöðu á sjónsviði .
Sálfræðileg rit , 63 . (7 . Whole 302).